HỌC TIẾNG HOA THẬT DỄ

300句說華語

越南語版

Dương Tú Huệ 楊琇惠———著 biên soạn
Trần Thụy Tường Vân 陳瑞祥雲———譯 biên dịch

序

在耕耘華語教材十二年之後的今天，終於有機會跨出英文版本，開始出版越語、泰語及印尼語三種新版本，以服務不同語系的學習者。此刻的心情，真是雀躍而歡欣，感覺努力終於有了些成果。

這次之所以能同時出版三個東南亞語系的版本，除了要感謝夏淑賢主任（泰語）、李良珊老師（印尼語）及陳瑞祥雲老師（越南語）的翻譯外，最主要的，還是要感謝五南圖書出版社！五南帶著社企的精神，一心想要回饋社會，想要為臺灣做點事，所以才能促成此次的出版。五南的楊榮川董事長因為心疼許多嫁到臺灣的新住民朋友，因為對臺灣語言、文化的不熟悉，導致適應困難，甚至自我封閉。有鑑於此，便思考當如何才能幫助來到寶島和我們一起生活，一起養兒育女的新住民，讓他們能早日融入這個地方，安心地在這裏生活，自在地與臺灣人溝通，甚至教導下一代關於中華文化的種種，思索再三，還是覺得必需從語言文化下手，是以不計成本地開闢了這個書系。

回想半年前，當五南的黃惠娟副總編跟筆者傳達這個消息時，內心實在是既興奮又激動，開心之餘，感覺有股暖流在心裏盪漾。是以當下，筆者便和副總編一同挑選了五本適合新住民的華語書籍，當中除了有基礎會話，中級會話的教學外，還有些著名的中國寓言，及實用有趣的成語專書，可以說從最基礎到高級都含括了。希望新住民朋友能夠透過這個書系，來增進華語聽、說、讀、寫的能力，讓自己能順利地與中華文化接軌。

這是個充滿愛與關懷的書系，希望新住民朋友能感受到五南的用心，以及臺灣人的熱情。在研習這套書後，衷心期盼新住民朋友能和我們一起愛上這個寶島，一同在這個島上築夢，並創造屬於自己的未來。

楊琇惠

民國一〇五年十一月十九日

於林口臺北新境

Sau mười hai năm theo đuổi công việc biên soạn giáo trình tiếng Hoa, cuối cùng đã có cơ hội thực hiện phiên bản khác ngoài tiếng Anh, như tiếng Việt, tiếng Thái, tiếng Indonesia, để phục vụ những học sinh với những ngôn ngữ mẹ đẻ khác nhau. Tâm trạng của tôi lúc này, thực sự rất vui mừng phấn khởi, cảm giác những nỗ lực vừa qua đã có chút thành tựu rồi.

Để có thể đồng thời xuất bản ba phiên bản ngôn ngữ khác nhau, ngoài việc cảm ơn chủ nhiệm Hạ Thục Hiền (tiếng Thái), cô Lý Lương San (tiếng Indo) và cô Trần Thụy Tường Vân (tiếng Việt) hỗ trợ dịch thuật, quan trọng nhất, chính là cảm ơn nhà xuất bản Wunan! Wunan với tinh thần doanh nghiệp xã hội, luôn muốn đóng góp cho xã hội, muốn làm một điều gì đó cho Đài Loan, nên bộ sách này mới có thể xuất bản được. Chủ tịch Wunan, ông Dương Vinh Xuyên nhận thấy nhiều cư dân mới khi đến Đài Loan sinh sống, vì không hiểu rõ ngôn ngữ, văn hóa Đài Loan nên đã không thể thích nghi được, thậm chí đã tự co mình lại, không dám tiếp xúc với thế giới bên ngoài. Chính vì thế, ông đã trăn trở làm sao để giúp họ có thể nhanh chóng hòa nhập vào nơi này, có thể yên tâm sinh sống, thoải mái giao tiếp với mọi người, thậm chí còn có thể dạy thế hệ tiếp theo văn hóa Trung Hoa, suy đi tính lại, ông cảm thấy cần phải bắt đầu từ ngôn ngữ và văn hóa, bất kể chi phí như thế nào cũng phải phát triển bộ sách này.

Nhớ lại sáu tháng trước, khi phó tổng biên tập Hoàng Huệ Quyên đến thông báo tin này cho tôi, tôi cảm thấy thật xúc động và phấn khởi, ngoài cảm giác vui mừng, trong lòng còn có một cảm giác rất ấm áp. Lúc đó, tôi cùng phó tổng biên tập đã chọn ra 5 quyển sách phù hợp với những cư dân mới, bao gồm đàm thoại cơ bản, đàm thoại trung cấp, còn có ngụ ngôn, thành ngữ, có thể nói bộ sách đã bao gồm từ cơ bản đến cao cấp. Hi vọng các bạn có thể thông qua bộ sách này phát triển kỹ năng nghe, nói, đọc và viết, giúp bản thân thuận lợi hội nhập với nền văn hóa Trung Hoa.

Đây là bộ sách đầy tình thương và sự quan tâm, hi vọng các bạn có thể cảm nhận được sự chân thành của nhà xuất bản Wunan, cũng như sự nhiệt tình của người Đài Loan. Sau khi đọc bộ sách này, rất mong các bạn có thể cùng chúng tôi yêu quý hòn đảo này, cùng nhau xây dựng ước mơ, vun đắp tương lai nơi đây.

Dương Tú Huệ
19/11/2016, tại Đài Bắc

編輯前言

　　遠渡重洋來到臺灣生活的新住民，無論是嫁娶或經商、工作等原因，在生活上都需要了解如何用中文聽、說、讀、寫，才能在食、衣、住、行上，一切溝通無礙。

　　有鑑於此，我們編撰了此本針對新住民不同國籍的生活華語入門書，來服務在臺灣生活、工作、學習的新住民，以及對此有興趣的華語系所學生。

本書特色：

1. 內容以主題分類，各篇章再依事件發生順序安排，再輔以小標題做段落區隔，讓全書井然有序，易讀、易懂，又好用。

2. 全書共計十大單元，包括：你好嗎、多少錢、自我介紹、現在幾點、今天星期幾、怎麼走、我生病了、寄信打電話、祝福語。

3. 全書收錄300句以上日常生活中極常用的實用會話，每句包括中文、漢語拼音、越南文，圖文並茂，還有更多中文的「克漏字」練習，不僅在短期內增加你的中文字彙量，也絕對讓你能在日常生活中輕鬆說華語、學習無負擔。

4. 書末附加本書的總單字辭表，以及三篇單字表（名詞、動詞、形容詞）。單字表的功能類似字典，凡是初學者在日常生活中可能使用到的單字，都已被收錄，因此，讀者若只想找某個單字時，即可善用單字表。

Lời nói đầu của ban biên tập

Trong cuộc sống hàng ngày tại Đài Loan, bạn cần trang bị những kỹ năng nghe nói đọc viết tiếng Hoa mới có thể giao tiếp về mọi mặt như ăn, mặc, ở, đi lại...

Nhận thấy nhu cầu này của các bạn, chúng tôi đã biên soạn bộ sách học tiếng Hoa cho người mới bắt đầu với nhiều ngôn ngữ khác nhau, giúp các bạn có thể sống, làm việc, học tập tại Đài Loan, đồng thời giúp các bạn thêm yêu thích ngôn ngữ này.

Đặc sắc:

1. Nội dung phân loại theo từng chủ đề, rồi sắp xếp theo thứ tự tình huống xảy ra, dùng những tiêu đề nhỏ ngăn cách từng đoạn, cách trình bày hệ thống, dễ đọc, dễ hiểu, dễ sử dụng.

2. Gồm 10 chủ đề: Bạn khỏe không; Bao nhiêu tiền; Tự giới thiệu; Bây giờ mấy giờ; Hôm nay thứ mấy; Đi như thế nào; Tôi bệnh rồi; Gửi thư và gọi điện thoại; Lời chúc phúc.

3. Gồm hơn 300 câu đàm thoại thường dùng trong cuộc sống hàng ngày, mỗi câu kèm theo phiên âm, lời dịch, hình ảnh minh hoạ, còn có nhiều bài tập cloze test (thay từ điền vào chỗ trống) sẽ giúp lượng từ vựng của bạn tăng nhanh trong thời gian ngắn, đồng thời sẽ giúp bạn dễ dàng ứng dụng vào giao tiếp hàng ngày, học tiếng Hoa không chút áp lực nào.

4. Bảng tổng hợp từ vựng, cùng bảng từ vựng thường dùng (danh từ, động từ, tính từ) kèm theo ở cuối quyển sách sẽ có chức năng như một cuốn từ điển, những từ vựng mà người mới bắt đầu học tiếng Hoa có thể dùng đến trong cuộc sống hàng ngày đều được ghi chép lại, do đó, nếu bạn cần tìm một từ nào đó, bảng từ này sẽ giúp ích rất nhiều.

CONTENTS

您 好 嗎？
Nín hǎo ma?
Ngài có khỏe không?

問 候
● Wènhòu
Chào hỏi

 早 安！您（你）好 嗎？
Zǎoān! Nín (nǐ) hǎo ma?
Chào buổi sáng! Ngài (Bạn) có khỏe không?

Chào buổi sáng	Chào buổi trưa	Chào buổi tối/ Chúc ngủ ngon
早 啊	午 安	晚 安
zǎo a	wǔān	wǎnān

您nín: ngài, ông, bà... Đây là cách xưng hô lịch sự.

 我 很 好，謝謝 您。您 呢？
Wǒ hěn hǎo, Xièxie nín. Nín ne?
Tôi rất khỏe, cảm ơn ngài. Còn ngài?

vui mừng	phấn khởi	vui vẻ, vui sướng
高興 gāoxìng	興奮 xīngfèn	愉快 yúkuài

你 最 近 好 嗎？
Nǐ zuìjìn hǎo ma?
Gần đây bạn khỏe không?

我 最 近 不太好。
Wǒ zuìjìn bú tài hǎo.
Gần đây tôi không khỏe lắm.

thoải mái	vui vẻ	vui vẻ
舒服 shūfú	開心 kāixīn	快樂 kuàilè

* 「開心」và「快樂」đều có nghĩa là vui vẻ, nhưng「快樂」(kuài lè) thiên về diễn tả 1 loại cảm giác,「開心」(kāi xīn) thiên về diễn tả 1 trạng thái được thể hiện ra bên ngoài.

我 最 近 很　生 氣。
Wǒ zuìjìn hěn shēngqì.
Gần đây tôi rất bực bội.

chán nản	buồn bã	đau lòng
沮喪 jǔsàng	難過 nánguò	傷心 shāngxīn

你 的 假期 好 嗎？
Nǐ de jiàqí hǎo ma?
Kỳ nghỉ của bạn thế nào?

người nhà	công việc	chồng	vợ
家人 jiārén	工作 gōngzuò	先生 xiānshēng	妻子 qīzǐ

非 常 好。
Fēicháng hǎo.
Cực kỳ tốt.

姓 名
● Xìngmíng
Tên họ

請 問 你 貴 姓？
Qǐngwèn nǐ guìxìng?
Xin hỏi, anh tên gì?

ngài, ông, ...	anh ấy, bạn ấy, ...	chị ấy, bạn ấy, ...
您 nín	他 tā	她 tā

我 姓 王。
Wǒ xìng Wáng.
Tôi họ Vương.

Trần	Lâm	Lý	Dương
陳 Chén	林 Lín	李 Lǐ	楊 Yáng

請 問 你 叫 什 麼 名 字？
Qǐngwèn nǐ jiào shénme míngzi?
Xin hỏi anh tên là gì?

anh ấy, bạn ấy, ...	chị ấy, bạn ấy, ...	bạn học sinh này	người đàn ông đó
他 tā	她 tā	這 位 學 生 zhè wèi xuéshēng	那 位 先 生 nà wèi xiānshēng

請 問 你的 名字是 什麼？

Qǐngwèn nǐ de míngzi shì shénme?

Xin hỏi tên của anh là gì?

của anh ấy	của cô ấy	của bạn học sinh này	của người đàn ông đó
他 的 tā de	她 的 tā de	這 位 學 生 的 zhè wèi xuéshēng de	那 位 先 生 的 nà wèi xiānshēng de

我 的 名 字是 馬克。

Wǒ de míngzi shì MǎKè.

Tên của tôi là Mark.

của anh ấy	của cô ấy	của bạn học sinh này	của người đàn ông đó
他的 tā de	她的 tā de	這 位 學 生 的 zhè wèi xuéshēng de	那 位 先 生 的 nà wèi xiānshēng de

很 榮 幸 見 到 您，我 是 雅婷。

Hěn róngxìng jiàn dào nín, wǒ shì YǎTíng.

Rất hân hạnh được gặp ngài, tôi là Nhã Đình.

道 別
● Dàobié
Tạm biệt

我 真 的該 走 了。

Wǒ zhēnde gāi zǒu le.

Tôi phải đi rồi.

很 高 興 認 識你。

Hěn gāoxìng rènshì nǐ.

Rất vui được biết anh.

 我 也 很 高 興 認 識 你。
Wǒ yě hěn gāoxìng rènshì nǐ.
Tôi cũng rất vui được biết anh.

 再 見！
Zàijiàn!
Tạm biệt!

Bye bye	Nói sau nhé	Hẹn gặp vào thứ hai	Hẹn gặp vào buổi chiều
拜 拜 bāibāi	以後 再 聊 yǐhòu zài liáo	星 期 一 見 xīngqíyī jiàn	下 午 見 xiàwǔ jiàn

常 用 禮貌 用語 表
● chángyòng lǐmào yòngyǔ biǎo
Cụm từ lịch sự thường dùng

Xin, mời, …	Xin hỏi	Cảm ơn	Xin lỗi
請 qǐng	請 問 qǐngwèn	謝 謝 xièxie	對 不 起 duìbùqǐ

人 稱 表
- rénchēng biǎo
  Đại từ nhân xưng

Tôi	Bạn, anh, chị, ông , bà, …	ngài, ông, ….	anh ấy, bạn ấy, …	chị ấy, bạn ấy, …
我 wǒ	你 nǐ	您 nín	他 tā	她 tā

Của tôi	Của bạn, …	của ngài, …	của anh ấy, …	của cô ấy, …
我 的 wǒ de	你 的 nǐ de	您 的 nín de	他 的 tā de	她 的 tā de

Chúng tôi, chúng ta	Các bạn, các anh, các chị, …	Các anh ấy, các bạn ấy, họ, …
我 們 wǒmen	你 們 nǐmen	他 們 tāmen

Của chúng tôi	Của các bạn	Của các anh ấy, của họ, …
我 們 的 wǒmen de	你 們 的 nǐmen de	他 們 的 tāmen de

多 少 錢？

Duōshǎo qián?

Bao nhiêu tiền?

價 錢
Jiàqián
Giá cả

 請 問 這個 多 少 錢？

Qǐngwèn zhège duōshǎo qián?

Xin hỏi cái này bao nhiêu tiền?

cái kia	áo khoác	giày	quần
那個 nàge	夾克 jiákè	鞋 子 xiézi	褲子 kùzi

đầm	áo sơ mi	áo thun	váy
洋 裝 yángzhuāng	襯 衫 chènshān	T恤 tīxù	裙 子 qúnzi

請 問 這 個 蘋 果 怎 麼 賣 ？／這 個 蘋 果
Qǐngwèn zhège　píngguǒ zěnme　mài? /Zhège píngguǒ

多 少 錢 ？
duōshǎo qián?

Xin hỏi quả táo này bán như thế nào? / Quả táo này bao nhiêu tiền?

trái ổi	nho	dâu tây	chuối
芭樂 bālè	葡萄 pútáo	草莓 cǎoméi	香蕉 xiāngjiāo

trái cherry	chanh	quả kiwi	dưa hấu
櫻桃 yīngtáo	檸檬 níngméng	奇異果 qíyìguǒ	西瓜 xīguā

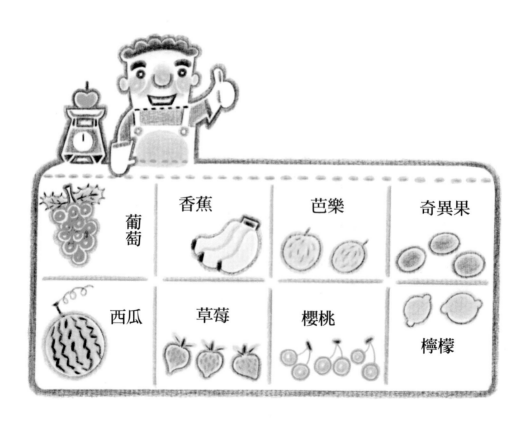

葡萄　香蕉　芭樂　奇異果
西瓜　草莓　櫻桃　檸檬

請 問 一 杯 紅 茶 多 少 錢？
Qǐngwèn yì bēi hóngchá duōshǎo qián?
Xin hỏi một ly hồng trà bao nhiêu tiền?

cà phê	trà xanh	nước ngọt	Coca
咖啡 kāfēi	綠茶 lǜchá	汽水 qìshuǐ	可樂 kělè

請 問 一 個 三 明 治 多 少 錢？
Qǐngwèn yí ge sānmíngzhì duōshǎo qián?
Xin hỏi một cái bánh sandwich bao nhiêu tiền?

bánh hamburger	bánh mì kẹp xúc xích (bánh hotdog)	bánh mì	bánh bao
漢堡 hànbǎo	熱狗 règǒu	麵包 miànbāo	包子 bāozi

數字
Shùzì
Số đếm

這 個 五 十 元 。
Zhège wǔshí yuán.
Cái này 50 đồng.

một	hai	ba	bốn
一 yī	二 èr	三 sān	四 sì

năm	sáu	bảy	tám
五 wǔ	六 liù	七 qī	八 bā

chín	mười	mười một	mười hai
九 jiǔ	十 shí	十一 shíyī	十二 shíèr

mười ba	mười bốn	hai mươi	ba mươi
十三 shísān	十四 shísì	二十 èrshí	三十 sānshí

một trăm	hai trăm	ba trăm	một nghìn
一百 yìbǎi	兩百 liǎngbǎi	三百 sānbǎi	一千 yìqiān

hai nghìn	ba nghìn	mười nghìn	hai mươi nghìn
兩千 liǎngqiān	三千 sānqiān	一萬 yíwàn	兩萬 liǎngwàn

找你三十元。
Zhǎo nǐ sānshí yuán.
Thối lại bạn 30 đồng.

殺價
● Shājià
Trả giá

喔，太貴了。
O, tài guì le.
Ồ, <u>mắc</u> quá!

rẻ	có lợi, thỏa đáng	tốt	tuyệt
便宜 piányí	划算 huásuàn	好 hǎo	棒 bàng

請 問 這個 有 特價 嗎？
Qǐngwèn zhège yǒu tèjià ma?
Xin hỏi, cái này có giảm giá không?

chiết khấu	giảm giá	ưu đãi đặc biệt
折 扣 zhékòu	打折 dǎzhé	特別 優 惠 tèbié yōuhuì

可以 算 我 五 折 嗎？
Kěyǐ suàn wǒ wǔ zhé ma?
Có thể giảm 50% cho tôi không?

giảm 10%	giảm 20%	giảm 50%, giảm nửa giá
九 折 jiǔ zhé	八 折 bā zhé	半價 bànjià

詢 問 店 員
● xúnwèn diànyuán
Hỏi nhân viên bán hàng

這個 有 小 一 點 的 嗎？
Zhège yǒu xiǎo yìdiǎn de ma?
Cái này có số nhỏ hơn không?

size M, size trung bình	lớn hơn	size XL, size lớn nhất
中 號 zhōng hào	大一點 dà yìdiǎn	特大 號 tèdà hào

請 問 有 吸管 嗎？
Qǐngwèn yǒu xīguǎn ma?
Xin hỏi có ống hút không?

011

bao ni lon	túi	đũa	muỗng, thìa
塑膠袋 sùjiāodài	袋子 dàizi	筷子 kuàizi	湯匙 tāngchí

付錢
● Fùqián
Thanh toán

要付現金還是 刷卡？
Yào fù xiànjīn háishì shuā kǎ?
Bằng tiền mặt hay quẹt thẻ?

能 開 收據給我 嗎？
Néng kāi shōujù gěi wǒ ma?
Có thể ghi hóa đơn cho tôi không?

這 是 您的 收據。
Zhè shì nín de shōujù.
Đây là hóa đơn của ngài.

hóa đơn	biên lai	thẻ tín dụng
帳 單 zhàngdān	發票 fāpiào	信 用 卡 xìnyòngkǎ

* 發票 (fāpiào) là loại biên lai được dùng phổ biến ở Đài Loan.

自我 介紹

Zìwǒ jièshào

Tự giới thiệu

我 姓　王。

Wǒ xìng Wáng.

Tôi họ Vương.

年 齡
● Niánlíng
Tuổi tác

您 今 年 幾 歲？

Nín jīnnián jǐ suì?

Năm nay anh bao nhiêu tuổi?

我 今 年　十八 歲。

Wǒ jīnnián <u>shíbā</u> suì.

Năm nay tôi <u>18</u> tuổi.

năm	hai mươi	ba mươi bốn	năm mươi
五 wǔ	二 十 èrshí	三 十四 sānshísì	五 十 wǔshí

職 業
● Zhíyè
Nghề nghiệp

請 問 您 的 工 作 是 什 麼？

Qǐngwèn nín de gōngzuò shì shénme?

Xin hỏi anh làm nghề gì?

我 現 在 是 <u>學 生</u>。

Wǒ xiànzài shì <u>xuéshēng</u>.

Tôi hiện là <u>học sinh</u>.

giáo viên	bộ đội	nhân viên văn phòng	nhà thiết kế
老師 lǎoshī	職業軍人 zhíyèjūnrén	上　班族 shàngbānzú	設計師 shèjìshī

y tá	họa sĩ	nhạc sĩ	trợ lý
護士 hùshì	畫家 huàjiā	音樂家 yīnyuèjiā	助理 zhùlǐ

thu ngân	thư ký	nhân viên bán hàng	nội trợ
收銀員 shōuyínyuán	祕書 mìshū	店　員 diànyuán	家庭　主婦 jiātíng zhǔfù

ký giả, phóng viên	nha sĩ	người mẫu	nhân viên kinh doanh
記者 jìzhě	牙醫 yáyī	模特兒 mótèēr	推銷　員 tuīxiāoyuán

nam diễn viên	nữ diễn viên	biên tập viên tin tức	phát thanh viên
男演員 nányǎnyuán	女演員 nǚyǎnyuán	新聞　主播 xīnwén zhǔbò	廣播員 guǎngbòyuán

thợ cắt tóc	tài xế xe bus	trinh thám	kỹ sư
理髮師 lǐfǎshī	公　車司機 gōngchē sījī	偵探 zhēntàn	工　程師 gōngchéngshī

lính cứu hỏa	bảo vệ	hướng dẫn viên du lịch	thẩm phán
消防員 xiāofángyuán	警衛 jǐngwèi	導遊 dǎoyóu	法官 fǎguān

luật sư	thông dịch viên	nhà sản xuất	cảnh sát
律師 lùshī	口譯員 kǒuyìyuán	製作人 zhìzuòrén	員警 yuánjǐng

國籍
- Guójí
Quốc tịch

請 問 您 是 哪 國 人？
Qǐngwèn nín shì nǎ guó rén?
Xin hỏi anh là người nước nào?

請 問 您 從 哪 裡 來？
Qǐngwèn nín cóng nǎlǐ lái?
Xin hỏi anh từ đâu đến?

我 是 臺 灣 人。
Wǒ shì Táiwānrén.
Tôi là người Đài Loan.

người Mỹ	người Hàn
美 國 人 Měiguórén	韓 國 人 Hánguórén
người Singapore	người Pháp
新 加 坡 人 Xīnjiāpōrén	法 國 人 Fǎguórén

người Anh
英 國 人 Yīngguórén
người Ấn Độ
印 度 人 Yìndùrén

người Đức
德 國 人 Déguórén
người Canada
加 拿 大 人 Jiānádàrén

người Ý	người Mexico (Mê hi cô)
義大利人 Yìdàlìrén	墨西哥人 Mòxīgērén
người Brazil	người Philippines
巴西人 Bāxīrén	菲律賓人 Fēilǜbīnrén

người Thái	người Nhật
泰國人 Tàiguórén	日本人 Rìběnrén
người Tây Ban Nha	
西班牙人 Xībānyárén	

 請　問　您　住　在　哪裡？
Qǐngwèn nín zhù zài nǎlǐ?
Xin hỏi anh sống ở đâu?

 我　住　在　臺北。
Wǒ zhù zài Táiběi.
Tôi sống ở Đài Bắc.

Cao Hùng	New York	Tokyo	Luân Đôn
高　雄 Gāoxióng	紐　約 Niǔyuē	東　京 Dōngjīng	倫　敦 Lúndūn

個性
● Gèxìng
Tính cách

您 的 個性 如何？
Nín de gèxìng rúhé?
Tính cách của anh thế nào?

我 是 一個 外 向 的 人。
Wǒ shì yí ge wàixiàng de rén.
Tôi là một người cởi mở.

hoạt bát	dễ gần	yên tĩnh, (chỉ người ít nói)	tích cực
活 潑 的 huópō de	好 相 處 的 hǎo xiāngchǔ de	安 靜 的 ānjìng de	積極的 jījí de

請 問 您 主 修 什麼？
Qǐngwèn nín zhǔxiū shénme?
Xin hỏi anh học ngành gì?

我 主 修機械 工 程。
Wǒ zhǔxiū jīxiè gōngchéng.
Tôi học kỹ sư điện máy.

hóa học	thương mại	ngoại thương	y dược
化 學 huàxué	商 業 shāngyè	國際 貿 易 guójì màoyì	醫藥 yīyào

家人
Jiārén
Gia đình

你 家 有 幾個人？
Nǐ jiā yǒu jǐ ge rén?
Nhà anh có mấy người?

我 家 有 四個人。
Wǒ jiā yǒu sì ge rén.
Nhà tôi có 4 người

2	3	5
兩 個 liǎng ge	三 個 sān ge	五 個 wǔ ge

我 的爺爺已經 退休了。
Wǒ de yéye yǐjīng tuìxiū le.
Ông nội tôi đã nghỉ hưu rồi.

ông ngoại	bà nội / bà ngoại
外 公 wàigōng	奶 奶 / 外 婆 nǎinai / wàipó

他喜歡　泡茶。
Tā xǐhuān pàochá.
Ông ấy thích pha trà.

leo núi	câu cá	đi bộ	xem phim
爬山 páshān	釣魚 diàoyú	健行 jiànxíng	看電影 kàn diànyǐng

我的爸爸是醫生。
Wǒ de bàba shì yīshēng.
Ba/bố tôi là bác sĩ.

mẹ	cô / dì	chú / bác
媽媽 māma	姑姑 / 阿姨 gūgu / āyí	叔叔 / 伯伯 shúshu / bóbo

我 的 媽媽 是 老師。
Wǒ de māma shì lǎoshī.
Mẹ tôi là giáo viên.

我 的 哥哥 已 經 畢業 了。
Wǒ de gēge yǐjīng bìyè le.
Anh trai tôi đã tốt nghiệp rồi.

chị gái	em gái	em trai
姊姊 jiějie	妹妹 mèimei	弟弟 dìdi

我 的 姊姊 單 身。
Wǒ de jiějie dānshēn.
Chị gái của tôi độc thân.

kết hôn rồi	li hôn rồi	chưa kết hôn
結 婚 了 jiéhūn le	離 婚 了 líhūn le	未 婚 wèihūn

我 的 弟弟 是 小 學 生。
Wǒ de dìdi shì xiǎoxuéshēng.
Em trai của tôi là học sinh tiểu học.

sinh viên	học sinh cấp 2	học sinh cấp 3	nghiên cứu sinh
大 學 生 dàxuéshēng	國 中 生 guózhōngshēng	高 中 生 gāozhōngshēng	研 究 生 yánjiùshēng

現在幾點？

Xiànzài jǐ diǎn?

Bây giờ mấy giờ?

問 時間
● Wèn shíjiān
Hỏi thời gian

請 問 現 在 幾 點？
Qǐngwèn xiànzài jǐ diǎn?
Xin hỏi bây giờ mấy giờ?

現 在 十 點 了 嗎？
Xiànzài shí diǎn le ma?
Bây giờ 10 giờ chưa?

023

1 giờ	2 giờ	3 giờ 5 phút	12 giờ 30 phút/ 12 giờ rưỡi
一 點 yī diǎn	兩 點 liǎng diǎn	三 點 五 分 sān diǎn wǔ fēn	十二 點 三 十 分/ shíèr diǎn sānshí fēn/ 十二 點 半 shíèr diǎn bàn

現 在 是 上 午 九 點 嗎？
Xiànzài shì shàngwǔ jiǔ diǎn ma?
Bây giờ là 9 giờ sáng phải không?

8 giờ sáng	3 giờ chiều	7 giờ tối	2 giờ sáng
早 上 zǎoshàng 八 點 bā diǎn	下 午 xiàwǔ 三 點 sān diǎn	晚 上 wǎnshàng 七 點 qī diǎn	凌 晨 língchén 兩 點 liǎng diǎn

請 問 你 幾 點 上 班？
Qǐngwèn nǐ jǐ diǎn shàngbān?
Xin hỏi mấy giờ anh đi làm?

tan ca	về nhà
下 班 xiàbān	回 家 huíjiā

đi học	tan học
上 課 shàngkè	下 課 xiàkè

rảnh rỗi	thức dậy
有　空 yǒukòng	起　床 qǐchuáng

ngủ	ăn cơm
睡　覺 shuìjiào	吃飯 chīfàn

這　會議幾點　開始？
Zhè huìyì jǐ diǎn kāishǐ?
Cuộc họp này mấy giờ bắt đầu?

phim điện ảnh	chương trình	biểu diễn
電　影 diànyǐng	節目 jiémù	表　演 biǎoyǎn

約 時間
Yuē shíjiān
Hẹn giờ

今 天 四 點 你 可 以 到 我 <u>辦 公 室</u> 來 嗎？

Jīntiān sì diǎn nǐ kěyǐ dào wǒ <u>bàngōngshì</u> lái ma?

Bạn có thể đến <u>văn phòng</u> của tôi vào lúc 4 giờ hôm nay không?

nhà	phòng	lớp học
家 jiā	房 間 fángjiān	教 室 jiàoshì

你 八 點 四 十 分 有 空 嗎？

Nǐ <u>bā diǎn sìshí fēn</u> yǒukòng ma?

Bạn có rảnh vào lúc <u>8:40</u> không?

3:15	10 phút sau	nửa tiếng sau
三 點 十 五 分 sān diǎn shíwǔ fēn	十 分 鐘 後 shí fēnzhōng hòu	半 小 時 後 bàn xiǎoshí hòu

我 訂 好 五 點 要 開 會。

Wǒ dìnghǎo wǔ diǎn yào kāihuì.

Tôi đã đặt hẹn năm giờ sẽ họp.

我 們 一 點 鐘 約 在 <u>咖啡店</u> 見 面。

Wǒmen yì diǎn zhōng yuē zài <u>kāfēidiàn</u> jiànmiàn.

Chúng ta hẹn gặp nhau tại <u>quán cà phê</u> lúc 1 giờ.

sân bay	sảnh	ga xe, bến xe
飛機場 fēijīchǎng	大廳 dàtīng	車站 chēzhàn

改 時間
Gǎi shíjiān
Thay đổi thời gian

這 時間 我 不 太 方 便。
Zhè shíjiān wǒ bú tài fāngbiàn.
Thời gian này tôi không tiện lắm.

可 以 改 時間 嗎？
Kěyǐ gǎi shíjiān ma?
Thời gian có thể thay đổi không?

027

今天 星期幾？

Jīntiān xīngqí jǐ?

Hôm nay thứ mấy?

2010 一月

1

星期？ 庚寅年十一月
十七日

日期
Rìqí
Ngày tháng

請 問 今天 星 期幾？

Qǐngwèn jīntiān xīngqí jǐ?

Xin hỏi hôm nay thứ mấy?

hôm qua	ngày mai	ngày hôm trước	ngày kia
昨 天 zuótiān	明 天 míngtiān	前 天 qiántiān	後 天 hòutiān

今天　星期一。
Jīntiān xīngqíyī.
Hôm nay là thứ hai.

thứ ba	thứ tư	thứ năm
星 期二 xīngqí'èr	星 期三 xīngqísān	星 期四 xīngqísì

thứ sáu	thứ bảy	chủ nhật
星 期五 xīngqíwǔ	星 期六 xīngqíliù	星 期日 xīngqírì

請　問　今　天　幾　月　幾　號？
Qǐngwèn jīntiān jǐ yuè jǐ hào?
Xin hỏi hôm nay ngày mấy tháng mấy?

今　天　是　六　月　1　號。
Jīntiān shì liù yuè yī hào.
Hôm nay ngày 1 tháng 6.

Tháng 1	Tháng 2	Tháng 3	Tháng 4	Tháng 5	Tháng 7
一 月 yí yuè	二 月 èr yuè	三 月 sān yuè	四 月 sì yuè	五 月 wǔ yuè	七 月 qī yuè

Tháng 8	Tháng 9	Tháng 10	Tháng 11	Tháng 12
八 月 bā yuè	九 月 jiǔ yuè	十 月 shí yuè	十 一 月 shíyī yuè	十 二 月 shí'èr yuè

生日
● Shēngrì
Sinh nhật

你的 生日是 什麼 時候？
Nǐ de shēngrì shì shénme shíhòu?
Sinh nhật của bạn là khi nào?

我 的 生 日是 上 星 期五。
Wǒ de shēngrì shì shàng xīngqíwǔ.
Sinh nhật của tôi vào thứ sáu tuần trước.

thứ ba tuần sau	thứ bảy tuần sau	chủ nhật tuần trước
下 星 期二 xià xīngqíèr	下 星 期六 xà xīngqíliù	上 星 期日 shàng xīngqírì

特殊節日
● tèshū jiérì
Ngày lễ

你今天不用 上 課嗎？
Nǐ jīntiān bùyòng shàngkè ma?
Hôm nay bạn không phải đi học sao?

đi làm	tăng ca	họp
上 班／工 作 shàngbān/gōngzuò	加班 jiābān	開會 kāihuì

今 天 不 用，因 為 今 天（是）星 期六。
Jīntiān búyòng, yīnwèi jīntiān (shì) xīngqíliù.
Hôm nay không, vì hôm nay (là) thứ bảy.

ngày nghỉ theo quy định	nghỉ bù	nghỉ	Năm mới
國 定 假 日 guódìng jiàrì	補假 bǔjià	休假 xiūjià	新 年 xīnnián

Tết Âm lịch
農 曆 春 節 nónglì chūnjié

Tết Trung Thu
中　秋節 zhōngqiūjié

Tết 10/10
雙　十節 shuāngshíjié

Giáng Sinh
聖　誕節 shèngdànjié

 我 們　公 司 週　休 二 日。
Wǒmen gōngsī zhōu xiū èr rì.
Công ty của chúng tôi mỗi tuần nghỉ hai ngày.

trường học	công xưởng
學 校 xuéxiào	工　廠 gōngchǎng

約會
yuēhuì
Hẹn hò

明 天 我 們 一起 吃午飯，好 嗎？
Míngtiān wǒmen yìqǐ chī wǔfàn, hǎo ma?
Ngày mai chúng ta cùng ăn trưa, được không?

ăn sáng	ăn tối	ăn món tự chọn	uống cà phê
吃 早 餐 chī zǎocān	吃 晚 餐 chī wǎncān	吃 自助 餐 chī zìzhùcān	喝咖啡 hē kāfēi

xem phim	đi leo núi	đi dạo phố	đến cửa hàng bách hóa
看 電 影 kàn diànyǐng	去 爬山 qù páshān	去 逛 街 qù guàngjiē	去百貨 公司 qù bǎihuògōngsī

明 天 我 沒 空，星期五 可以 嗎？
Míngtiān wǒ méikòng, xīngqíwǔ kěyǐ ma?
Ngày mai tôi không rảnh, thứ sáu được không?

下 星 期 任何 時 間 都 可以。
Xià xīngqí rènhé shíjiān dōu kěyǐ.
Tuần sau lúc nào cũng được.

沒 問 題，你 想 約 在 哪邊 見 面？
Méi wèntí, nǐ xiǎng yuē zài nǎbiān jiànmiàn?
Không vấn đề gì, bạn muốn hẹn gặp ở đâu?

太 好 了！我 們 約 在 咖啡店 見。
Tài hǎo le! Wǒmen yuē zài kāfēidiàn jiàn.
Tốt quá! Chúng ta hẹn gặp ở tiệm cà phê.

nhà hàng	trạm tàu điện ngầm	lớp học
餐 廳 cāntīng	捷 運 站 jiéyùn zhàn	教 室 jiàoshì

Unit
6

怎麼走？
Zěnme zǒu?
Đi như thế nào?

搭公車
● Dā gōngchē
Đón xe buýt

請 問 我 要 在 哪裡搭 公 車？
Qǐngwèn wǒ yào zài nǎlǐ dā gōngchē?
Xin hỏi tôi phải đón xe buýt ở đâu?

taxi	MRT tàu điện ngầm	xe lửa
計 程 車 jìchéngchē	捷 運 Jiéyùn	火 車 huǒchē

請 問 公 車站 在 哪裡？
Qǐngwèn gōngchēzhàn zài nǎlǐ?
Xin hỏi trạm xe buýt ở đâu?

公 車 站 在 那 邊。
Gōngchēzhàn zài nàbiān.
Trạm xe buýt ở bên kia.

Nơi đón taxi	trạm MRT	ga xe lửa
計 程 車 招 呼 站 jìchéngchē zhāohūzhàn	捷 運 站 jiéyùnzhàn	火 車 站 huǒchēzhàn

 我 要 去 板 橋，請 問 我 該 搭 哪 一 班 公 車？
Wǒ yào qù Bǎnqiáo, qǐngwèn wǒ gāi dā nǎ yì bān gōngchē?
Tôi muốn đến Bản Kiều (Banqiao), xin hỏi tôi phải đón xe buýt số mấy?

trạm Cổ Đình (Guting)	Tòa thị chính Đài Bắc	Cao Hùng	Hoa Liên
古 亭 站 Gǔtíngzhàn	臺 北 市 政 府 Táiběi shìzhèngfǔ	高 雄 Gāoxióng	花 蓮 Huālián

 你 可 以 搭 這 班 公 車。
Nǐ kěyǐ dā zhè bān gōngchē.
Bạn có thể đón xe buýt này.

在公車上
Zài gōngchē shàng
Trên xe buýt

請 問 這 裡 到 臺中 要 多 久？
Qǐngwèn zhèlǐ dào Táizhōng yào duōjiǔ?
Xin hỏi từ đây đến Đài Trung mất bao lâu?

Trung tâm văn hóa	viện bảo tàng	Tân Trúc (Xinzhu)	Khẩn Đinh (Kenting)
文 化 中 心 wénhuà zhōngxīn	博 物 館 bówùguǎn	新 竹 Xīnzhú	墾 丁 Kěndīng

請 問 我 應 該 在 哪 一 站 下 車？
Qǐngwèn wǒ yīnggāi zài nǎ yí zhàn xià chē?
Xin hỏi tôi phải xuống xe ở trạm nào?

到 了 我 會 再 提醒 你。
Dàole wǒ huì zài tíxǐng nǐ.
Khi đến nơi tôi sẽ nhắc bạn.

下 一 站 就 到 了。
Xià yí zhàn jiù dào le.
Trạm kế là đến rồi.

搭捷運
Dā jiéyùn
Đi MRT

請 問 這 附近 有 捷運 站 嗎？
Qǐngwèn zhè fùjìn yǒu jiéyùnzhàn ma?
Xin hỏi gần đây có trạm MRT không?

捷運 站 在 對面。
Jiéyùnzhàn zài duìmiàn.
Trạm MRT ở đối diện.

bưu điện	đồn cảnh sát	cửa hàng tiện lợi	ngân hàng
郵局 yóujú	警察局 jǐngchájú	便利商店 biànlìshāngdiàn	銀行 yínháng

sở thú	bệnh viện	nhà hàng	công viên
動物園 dòngwùyuán	醫院 yīyuàn	餐廳 cāntīng	公園 gōngyuán

動物園 該 怎麼 走？
Dòngwùyuán gāi zěnme zǒu?
Sở thú đi như thế nào?

Đường Trung Hiếu Đông (Zhong Xiao Dong)	Đường Nhân Ái (Ren Ai)	Đường Hòa Bình Tây (He Ping Xi)
忠 孝 東 路 Zhōngxiàodōnglù	仁 愛 路 Rénàilù	和 平 西 路 Hépíngxīlù

動 物 園 在 臺 北 市 的 南 邊。
Dòngwùyuán zài Táiběi shì de nánbiān.
Sở thú nằm ở phía Nam của thành phố Đài Bắc.

phía Đông	phía Bắc	phía Tây
東 邊 dōngbiān	北 邊 běibiān	西 邊 xībiān

沿 著 這 條 路 走 到 底，再 左 轉。
Yánzhe zhè tiáo lù zǒu dào dǐ, zài zuǒ zhuǎn.
Đi theo con đường này đến cuối đường, rồi rẽ trái!

rẽ phải	quay đầu	lên lầu	xuống lầu
右 轉 yòu zhuǎn	迴 轉 huízhuǎn	上 樓 shàng lóu	下 樓 xià lóu

往 前 走 大 約 一 百 公 尺，就 會 看 到
Wǎng qián zǒu dàyuē yìbǎi gōngchǐ, jiù huì kàndào
十字路口。
shízìlùkǒu.
Đi thẳng khoảng 100 mét, sẽ nhìn thấy ngã tư.

cầu vượt	đường hầm	vạch cho người đi bộ	đèn giao thông
天 橋 tiānqiáo	地 下 道 dìxiàdào	斑 馬 線 bānmǎxiàn	紅 綠 燈 hónglǜdēng

過 馬路 之 後，在 第一個 紅綠燈 左 轉。
Guò mǎlù zhīhòu, zài dì-yī ge hónglǜdēng zuǒ zhuǎn.
Sau khi qua đường, tại góc đèn giao thông đầu tiên rẽ trái.

thứ 2	thứ 3	thứ 4	thứ 5
第二 個	第 三 個	第四 個	第五 個
dì-èr ge	dì-sān ge	dì-sì ge	dì-wǔ ge

 捷運 站 在 飯店 的 隔壁。
Jiéyùnzhàn zài fàndiàn de gébì.
Trạm MRT ở bên cạnh khách sạn.

đối diện	phía sau	phía trước
對 面	後 面	前 面
duìmiàn	hòumiàn	qiánmiàn

 搭 手扶梯 到 二樓 就 會 看 到 月臺 了。
Dā shǒufútī dào èr lóu jiù huì kàn dào yuètái le.
Đi thang cuốn lên lầu 2 sẽ thấy sân ga.

đi thang máy	đi thang bộ
搭 電梯	走 樓梯
dā diàntī	zǒu lóutī

 你 可以 搭 車 到 動 物 園 站 下 車。
Nǐ kěyǐ dā chē dào Dòngwùyuánzhàn xià chē.
Bạn có thể đón xe đi đến trạm Sở thú Đài Bắc.

Ga xe lửa Đài Bắc	trạm Đạm Thủy	Trạm Tây Môn (ximen)	trạm cuối
臺北車站	淡水站	西門站	終 點 站
Táiběichēzhàn	Dànshuǐzhàn	Xīménzhàn	zhōngdiǎnzhàn

從 捷 運 三 號 出 口 出 來 就 到 了。
Cóng jiéyùn sān hào chūkǒu chūlái jiù dào le.
Rời khỏi ở cửa số 3 là đến.

搭計程車
● Dā jìchéngchē
Đón taxi

 您 好，我 要 去 機 場。
Nín hǎo, wǒ yào qù jīchǎng.
Xin chào, tôi muốn đến sân bay.

 前 面 閃 黃 燈 處 請 左 轉。
Qiánmiàn shǎn huángdēng chù qǐng zuǒ zhuǎn.
Hãy quẹo / rẽ trái ở cột đèn vàng phía trước.

ngã tư	ngã rẽ	đường hẻm
路口 lùkǒu	轉角 zhuǎnjiǎo	巷口 xiàngkǒu

請你開 慢 一點，我 不 趕 時間。
Qǐng nǐ kāi màn yìdiǎn, wǒ bù gǎn shíjiān.
Làm ơn chạy chậm một chút, tôi không vội.

這裡停 就 行 了，謝謝！
Zhèlǐ tíng jiù xíng le,　xièxie!
Dừng ở đây được rồi, cảm ơn!

道謝
Dàoxiè
Cảm ơn

謝謝 您 的 幫 忙。
Xièxie nín de bāngmáng.
Cảm ơn sự giúp đỡ của anh.

不客氣。祝 您 有 美 好 的 一 天。
Búkèqì,　zhù nín yǒu měihǎo de yì tiān.
Đừng khách sáo. Chúc bạn một ngày tốt lành.

餐廳

Cāntīng

Nhà hàng

訂位
Dìngwèi
Dặt chỗ

我 要 訂 位。

Wǒ yào dìngwèi.

Tôi muốn đặt chỗ.

你 們 有 幾 位？

Nǐmen yǒu jǐ wèi?

Các anh có mấy người?

我 們 有 三 個 人。

Wǒmen yǒu sān ge rén.

Chúng tôi có ba người.

什 麼 時 候？

Shénme shíhòu?

Khi nào?

今 晚 七 點。

Jīnwǎn qī diǎn.

7 giờ tối nay.

請 問 是 什 麼 名 字？

Qǐngwèn shì shénme míngzì?

Xin hỏi anh tên gì?

您 的 電 話 是？

Nín de diànhuà shì?

Số điện thoại của anh là?

我 的 電 話 是0911123456。

Wǒ de diànhuà shì 0911123456.

Điện thoại của tôi là 0911123456.

我 們 有 訂 位 了。
Wǒmen yǒu dìngwèi le.
Chúng tôi đã đặt chỗ rồi.

餐廳內
Cāntīng nèi
Trong nhà hàng

這 邊 請。
Zhèbiān qǐng.
Mời đi lối này.

這 是 您 的 座 位。
Zhè shì nín de zuòwèi.
Đây là bàn của anh.

這 是 您 的 座 位。
Zhè shì nín de zuòwèi.
Đây là bàn của anh.

我 可 以 坐 這 位 置 嗎？
Wǒ kěyǐ zuò zhè wèizhì ma?
Tôi có thể ngồi chỗ này không?

我 可 以 坐 這 裡 嗎？
Wǒ kěyǐ zuò zhèlǐ ma?
Tôi có thể ngồi ở đây không?

點 餐
Diǎn cān
Gọi món

你 最 喜 歡 吃 什 麼？
Nǐ zuì xǐhuān chī shénme?
Anh thích ăn món gì nhất?

我　想　吃　當　地　的　食　物。

Wǒ xiǎng chī dāngdì de shíwù.

Tôi muốn thử món đặc sản.

我　想　吃　中　式　料　理。

Wǒ xiǎng chī zhōng-shì liàolǐ.

Tôi muốn ăn các món Trung Hoa.

Món Hàn	Món Nhật	Món Thái
韓式 hánshì	日式 rìshì	泰式 tàishì

Món Pháp	Món Tây	Món Ý
法式 fǎshì	西式 xīshì	義式 yìshì

您　好，我　想　點　餐。

Nín hǎo, wǒ xiǎng diǎncān.

Chào anh, tôi muốn gọi món.

這　是　我　們　的　菜　單。

Zhè shì wǒmen de càidān.

Đây là thực đơn của chúng tôi.

有　什　麼　建　議　的　菜　色　嗎？

Yǒu shénme jiànyì de càisè ma?

Anh có gợi ý gì không?

還　需　要　其　他　的　嗎？

Hái xūyào qítā de ma?

Anh còn cần thêm gì không?

大 概 要 等 多久？
Dàgài yào děng duōjiǔ?
Phải đợi khoảng bao lâu?

用 餐 愉 快。
Yòngcān yúkuài.
Chúc ngon miệng.

這 不 是 我 點 的 食物。
Zhè búshì wǒ diǎn de shíwù.
Tôi không gọi món này.

開胃菜
● Kāiwèicài
Khai vị

你 要 哪 道 前 菜？
Nǐ yào nǎ dào qiáncài?
Bạn chọn món khai vị nào?

我 想 要 沙拉。
Wǒ xiǎngyào <u>shālā</u>.
Tôi muốn gọi salad.

mực chiên giòn	hành chiên
酥 炸 花 枝 圈 sūzhá huāzhīquān	洋 蔥 磚 yángcōngzhuān

bánh Nachos	Gà chiên que
焗薄 餅 júbóbǐng	炸 雞柳 棒 zhá jīliǔbàng

需 要 其 他 的 嗎 ？
Xūyào qítā de ma?
Anh còn cần gì nữa không?

內 用 還 是 外 帶 ？
Nèiyòng hái shi wàidài?
Dùng ở đây hay mang đi?

主餐
- Zhǔcān
Món chính

我 們 有 牛 肉 麵 。
Wǒmen yǒu niúròumiàn.
Chúng tôi có mì bò.

cơm sườn	sủi cảo	cá sống (sashimi)	canh miso
排骨飯 páigǔfàn	水 餃 shuǐjiǎo	生 魚 片 shēngyúpiàn	味 噌 湯 wèicēngtāng

gan ngỗng	bò bít tết	mì Ý	cơm trộn bibimbap
鵝肝 醬 égānjiàng	牛 排 niúpái	義大利 麵 yìdàlìmiàn	韓 式 拌 飯 hánshì bànfàn

cơm hải sản đút lò	ham-burger	bánh mì vòng thập cẩm	sandwich thập cẩm
海鮮焗飯 hǎixiānjúfàn	漢堡 hànbǎo	總匯貝果 zǒnghuì bèiguǒ	總匯三明治 zǒnghuì sānmíngzhì

cơm risotto bí ngô	bánh mỳ "tàu ngầm" kiểu Mỹ
奶油南瓜燉飯 nǎiyóu nánguā dùnfàn	美式潛艇堡 měishì qiántǐngbǎo

有 供 應 素食 嗎？
Yǒu gōngyìng sùshí ma?
Có món chay không?

我喜歡 這道 菜。
Wǒ xǐhuān zhè dào cài.
Tôi thích món này.

想 到 就餓 了。
Xiǎngdào jiù è le.
Nghĩ thôi cũng đói rồi.

飲料
● Yǐnliào
Thức uống

需要 喝 的 嗎？
Xūyào hē de ma?
Anh dùng thức uống gì không?

您 的 飲料 要 大杯 的 還是 小 杯 的？
Nín de yǐnliào yào dà bēi de háishì xiǎo bēi de?
Anh muốn ly lớn hay ly nhỏ?

049

您 要 冰 的、溫 的 還是熱的？
Nín yào bīng de, wēn de, háishì rè de?
Anh muốn uống đá, ấm hay nóng?

我 想 要 喝 水。
Wǒ xiǎngyào hē shuǐ.
Tôi muốn uống nước.

coca	nước ép trái cây	trà sữa	hồng trà
可樂	果 汁	奶 茶	紅 茶
kělè	guǒzhī	nǎichá	hóngchá

cà phê	cappuccino	latte	thức uống
咖啡	卡布奇 諾	拿 鐵	飲 料
kāfēi	kǎbùqínuò	nátiě	yǐnliào

bia	rượu nho	rượu sâm banh	rượu whisky
啤酒	葡 萄 酒	香 檳	威 士忌
píjiǔ	pútáojiǔ	xiāngbīn	wēishìjì

需要 再一杯 水 嗎？
Xūyào zài yì bēi shuǐ ma?
Anh cần thêm một ly nước nữa không?

甜 點
Tiándiǎn
Tráng miệng

甜 點 有 哪幾 種？
Tiándiǎn yǒu nǎ jǐ zhǒng?
Tráng miệng có mấy loại?

我 們 有 巧克力蛋糕。
Wǒmen yǒu qiǎokèlì dàngāo.
Chúng tôi có bánh sô cô la.

tháp trái cây	bánh cherry	bánh plan	bánh tiramisu
水 果 塔 shuǐguǒtǎ	櫻 桃 派 yīngtáopài	焦 糖 布 丁 jiāotángbùdīng	提拉米蘇 tílāmǐsū

sinh tố dâu	bánh xu kem	lassi xoài	kem vani
草 莓 cǎoméi 冰 沙 bīngshā	奶 油 nǎiyóu 泡芙 pàofú	芒 果 mángguǒ 奶 酪 nǎiluò	香 草 xiāngcǎo 冰 淇 淋 bīngqílín

味道
Wèidào
Mùi vị

這 道 菜太辣了。
Zhè dào cài tài là le.
Món này cay quá.

ngọt	chua	đắng
甜 tián	酸 suān	苦 kǔ

nóng	lạnh	mặn
燙 tàng	冷 lěng	鹹 xián

這 很 好 吃。
Zhè hěn hǎo chī.
Món này rất ngon.

這 食 物 很 美 味。
Zhè shíwù hěn měiwèi.
Món ăn này rất thơm ngon.

用餐
Yòng cān
Dùng bữa

可 以 把 <u>鹽</u> 傳 給 我 嗎?
Kěyǐ bǎ yán chuán gěi wǒ ma?
Có thể đưa <u>lọ muối</u> cho tôi không?

tiêu	bánh mì	nước	đôi đũa
胡椒 hújiāo	麵 包 miànbāo	水 shuǐ	筷 子 kuàizi

nĩa	muỗng	con dao	ống hút
叉子 chāzi	湯 匙 tāngchí	刀 子 dāozi	吸 管 xīguǎn

我 吃 飽 了。
Wǒ chībǎo le.
Tôi no rồi.

你 還 餓 嗎?
Nǐ hái è ma?
Anh còn đói không?

結 帳
- Jié zhàng
- Thanh toán

請 問 要 如何付 款？
Qǐngwèn yào rúhé fùkuǎn?
Xin hỏi thanh toán bằng cách nào?

現 金 還是 刷 卡？
Xiànjīn háishì shuā kǎ?
Tiền mặt hay quẹt thẻ?

我 們 想 分開付 帳。
Wǒmen xiǎng fēnkāi fùzhàng.
Chúng tôi muốn tính tiền riêng.

這 是 找 您 的 零 錢。
Zhè shì zhǎo nín de língqián.
Đây là tiền thừa lại.

我生病了
Wǒ shēngbìng le
Tôi bệnh rồi

不 舒服
- Bù shūfú
Không thoải mái

你 哪裡 不 舒服？
Nǐ nǎlǐ bù shūfú?
Anh không khỏe ở đâu?

我 頭 痛。
Wǒ tóu tòng.
Tôi đau đầu.

mắt	tai	răng	mũi
眼 睛 yǎnjīng	耳 朵 ěrduo	牙 齒 yáchǐ	鼻 子 bízi

cổ	vai	cánh tay	tay
脖子 bózi	肩 膀 jiānbǎng	手 臂 shǒubì	手 shǒu

ngón tay	ngực	bụng	vùng eo
手 指 shǒuzhǐ	胸 口 xiōngkǒu	肚子 dùzi	腰 部 yāobù

vùng mông	chân	đầu gối	bàn chân
臀 部 túnbù	腿 tuǐ	膝蓋 xīgài	腳 jiǎo

我 的 腳 踝 扭 傷 了。
Wǒ de jiǎohuái niǔshāng le.
Mắt cá chân của tôi bị bong gân rồi.

trầy xước	bong gân	sưng lên	bầm tím
擦 傷 cāshāng	扭 傷 niǔshāng	腫 起來 zhǒngqǐlái	瘀 青 yūqīng

我 生 病 了。
Wǒ shēngbìng le.
Tôi bệnh rồi.

醫院
• Yīyuàn
Bệnh viện

你 需要 去醫院 嗎？
Nǐ xūyào qù yīyuàn ma?
Anh cần đến bệnh viện không?

phòng khám	trung tâm y tế
診 所 zhěnsuǒ	健 康 中 心 jiànkāng zhōngxīn

掛號
Guàhào
Đăng kí

我 想要 掛號。
Wǒ xiǎngyào guàhào.
Tôi muốn đăng kí (lấy số).

chích ngừa	kiểm tra sức khỏe	thăm bệnh	nhận thuốc
打 預 防 針 dǎ yùfángzhēn	健 康 檢 查 jiànkāng jiǎnchá	探 望 病 人 tànwàng bìngrén	領 藥 lǐngyào

請 問 你要 看 什麼科?
Qǐngwèn nǐ yào kàn shénme kē?
Xin hỏi anh muốn khám khoa nào?

你 有 什麼 病 史 嗎?
Nǐ yǒu shénme bìngshǐ ma?
Anh có lịch sử bệnh gì không?

我 要 看家庭醫學科。
Wǒ yào kàn jiātíngyīxuékē.
Tôi muốn khám khoa Sức khỏe Gia đình.

khoa Xương	Ngoại khoa	khoa Da liễu	Nha khoa
骨科 gǔkē	一 般 外科 yìbānwàikē	皮膚科 pífūkē	牙科 yákē

khoa trẻ em	khoa phụ sản	vật lý trị liệu	khoa mắt
小兒科 xiǎoérkē	婦產科 fùchǎnkē	復健科 fùjiànkē	眼科 yǎnkē

症狀
Zhèngzhuàng
Triệu chứng

我 有 發燒。/ 我 發燒 了。
Wǒ yǒu fāshāo. / Wǒ fāshāo le.
Tôi bị sốt.

chảy nước mũi	nghẹt mũi
流鼻水 liúbíshuǐ	鼻塞 bísāi

ho	đau họng
咳嗽 késòu	喉嚨痛 hóulóngtòng

hắt xì	dị ứng
打噴嚏 dǎpēntì	過敏 guòmǐn

sâu răng	tiêu chảy
蛀牙 zhùyá	拉肚子 lādùzi

指示
● Zhǐshì
Chỉ dẫn của bác sĩ

要 多久才會好?
Yào duōjiǔ cái huì hǎo?
Phải mất bao lâu mới khỏi?

這些藥有副作用嗎?
Zhèxiē yào yǒu fùzuòyòng ma?
Những loại thuốc này có tác dụng phụ không?

請 吃 清淡的食物。
Qǐng chī qīngdàn de shíwù.
Hãy dùng thức ăn thanh đạm.

不要 吃 刺激性的 食物。
Búyào chī cìjīxìng de shíwù.
Không nên ăn thức ăn có tính kích thích.

đồ lạnh	đồ nóng	đồ chua	đồ mặn
冰 的 bīng de	燙 的 tàng de	酸 的 suān de	鹹 的 xián de

別 忘了按時 吃藥。
Bié wàngle ànshí chīyào.
Đừng quên uống thuốc đúng giờ.

這個藥要 睡前 吃。
Zhège yào yào shuìqián chī.
Loại thuốc này cần uống trước khi ngủ.

bao tử rỗng	sau bữa ăn	với nước lọc
空 腹 kōngfù	飯　後 fàn hòu	配 水 pèishuǐ

這 個 藥 一 天 吃 一 次 。
Zhège yào yì tiān chī yí cì.
Thuốc này một ngày dùng một lần.

mỗi 3 giờ đồng hồ	sau 3 giờ đồng hồ
每 三　小 時 měi sān xiǎoshí	三　小　時 後 sān xiǎoshí hòu

多　喝 水，多　休息 。
Duō hēshuǐ, duō xiūxí.
Uống nhiều nước, nghỉ ngơi nhiều.

早日 康 復 ！
Zǎorì kāngfù!
Mau khỏi bệnh!

寄信、打電話

Jì xìn、 dǎ diànhuà

Gửi thư, gọi điện thoại

書 面 信 件
- Shūmiàn xìnjiàn
  Thư từ

我 想 買 郵 票。
Wǒ xiǎng mǎi yóupiào.
Tôi muốn mua tem thư.

bì thư	giấy	bưu thiếp
信 封 xìnfēng	信 紙 xìnzhǐ	明 信 片 míngxìnpiàn

您 要 寄去 哪裡?
Nín yào jì qù nǎlǐ?
Anh muốn gửi đi đâu?

我 想寄包裹 到 臺北。

Wǒ xiǎng jì bāoguǒ dào Táiběi.

Tôi muốn gửi đến Đài Bắc.

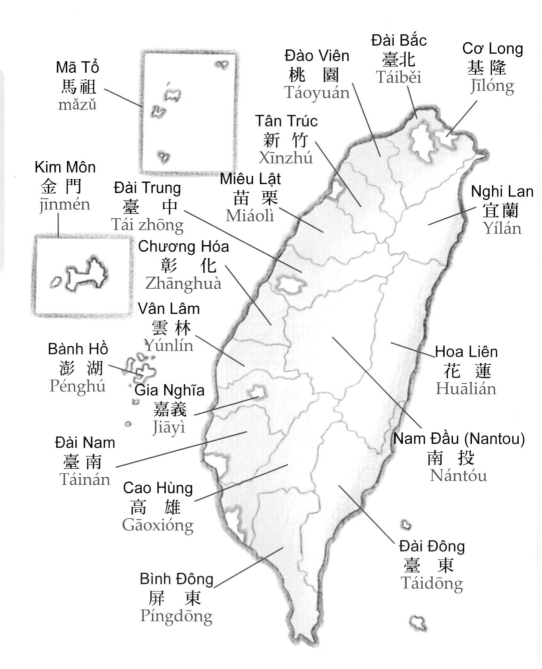

Mã Tổ
馬祖
mǎzǔ

Đào Viên
桃 園
Táoyuán

Đài Bắc
臺北
Táiběi

Cơ Long
基 隆
Jīlóng

Tân Trúc
新 竹
Xīnzhú

Kim Môn
金 門
jīnmén

Đài Trung
臺 中
Tái zhōng

Miêu Lật
苗 栗
Miáolì

Nghi Lan
宜蘭
Yílán

Chương Hóa
彰 化
Zhānghuà

Vân Lâm
雲 林
Yúnlín

Hoa Liên
花 蓮
Huālián

Bành Hồ
澎 湖
Pénghú

Gia Nghĩa
嘉義
Jiāyì

Đài Nam
臺 南
Táinán

Nam Đầu (Nantou)
南 投
Nántóu

Cao Hùng
高 雄
Gāoxióng

Đài Đông
臺 東
Táidōng

Bình Đông
屏 東
Píngdōng

您 要 寄 平 信 嗎？
Nín yào jì píng xìn ma?
Anh muốn gửi thư thường phải không?

thư phát nhanh	thư bảo đảm	chuyển phát nhanh	thư hàng không
限 時 專 送 xiànshí zhuānsòng	掛 號 信 guàhàoxìn	快 遞 kuàidì	航 空 郵 件 hángkōng yóujiàn

請 問 郵 資 多 少？
Qǐngwèn yóuzī duōshǎo?
Xin hỏi phí vận chuyển là bao nhiêu?

您 的 包 裹 一 公 斤 重。
Nín de bāoguǒ yì gōngjīn zhòng.
Bưu kiện của anh nặng 1 kí.

gam	ounce (oz)	pao (pound)
克 kè	盎司 àngsī	磅 bàng

我 想 要 領 包 裹。
Wǒ xiǎngyào lǐng bāoguǒ.
Tôi muốn nhận bưu kiện.

您 帶 了 收 件 單 嗎？
Nín dàile shōujiàndān ma?
Anh có đem theo giấy nhận hàng không?

giấy tờ	con dấu	chứng minh thư	hộ chiếu
證 件 zhèngjiàn	印 章 yìnzhāng	身 分 證 shēnfènzhèng	護 照 hùzhào

電子郵件
- Diànzǐ yóujiàn
E-Mail

請 輸入 帳 號。
Qǐng shūrù zhànghào.
Hãy nhập tài khoản.

mật mã	người nhận	tiêu đề	nội dung
密 碼 mìmǎ	收 件 者 shōujiànzhě	主 旨 zhǔzhǐ	內 容 nèiróng

可以 給 我 您 的 電子信 箱　嗎？
Kěyǐ gěi wǒ nín de diànzǐ xìnxiāng ma?
Anh có thể cho tôi email của anh không?

我 每 天 都 收　電子郵 件。
Wǒ měitiān dōu shōu diànzǐ yóujiàn.
Tôi kiểm tra email mỗi ngày.

電 話
- Diànhuà
Điện thoại

您 家裡 電 話 幾 號？
Nín jiālǐ diànhuà jǐ hào?
Điện thoại nhà anh số mấy?

您 的 手機 是 多 少？
Nín de shǒujī shì duōshǎo?
Di động của anh số mấy?

喂！請 問 您 找 誰？
Wéi! Qǐngwèn nín zhǎo shéi?
A lô, xin hỏi anh tìm ai?

喂！請 問 瑪莉在 家 嗎？
Wéi! Qǐngwèn Mǎlì zài jiā ma?
A lô, xin hỏi Mary có nhà không?

您 好！我 想 找 瑪莉。
Nín hǎo, wǒ xiǎng zhǎo Mǎlì.
Xin chào, tôi muốn tìm Mary.

喂！請 問 哪裡找？
Wéi! Qǐngwèn nǎlǐ zhǎo?
A lô, xin hỏi anh tìm ai?

她 不 在 家。
Tā bú zài jiā.
Cô ấy không có nhà.

她 什 麼 時候 會 回來？
Tā shénme shíhòu huì huílái?
Khi nào cô ấy về?

她 大 約 晚 上 8 點 回來。
Tā dàyuē wǎnshàng bā diǎn huílái.
Khoảng 8 giờ tối cô ấy sẽ về.

這裡是 2345-7890，對 吧？
Zhèlǐ shì 2345-7890, duì ba?
Số này là 2345-7890, đúng không?

請 等 一下，我 幫 您 轉 接。

Qǐng děng yí xià,　wǒ bāng nín zhuǎnjiē.

Xin đợi một chút, tôi sẽ chuyển máy cho anh.

您 方 便 說 話 嗎？

Nín fāngbiàn shuōhuà ma?

Anh tiện nói chuyện chút không?

您 可以 晚 一點 再 打來 嗎？

Nín kěyǐ wǎn yìdiǎn zài dǎlái ma?

Anh có thể gọi lại sau không?

你 需要 她 回 電 嗎？

Nǐ xūyào tā huí diàn ma?

Có cần cô ấy gọi lại cho anh không?

你 想 要 留言 嗎？

Nǐ xiǎngyào liúyán ma?

Anh muốn để lại lời nhắn không?

我 可以留言 嗎？

Wǒ kěyǐ liúyán ma?

Tôi có thể để lại lời nhắn không?

抱 歉，我 這麼 晚 才 回覆你。

Bàoqiàn,　wǒ zhème wǎn cái huífù nǐ.

Xin lỗi, tôi trả lời anh muộn quá.

我 剛 才 寄了 一封 簡 訊 給你。

Wǒ gāngcái jì le yì fēng jiǎnxùn gěi nǐ.

你 收 到了 嗎？

Nǐ shōudào le ma?

Tôi vừa gửi tin nhắn cho anh. Anh nhận được không?

066

祝福語
Zhùfúyǔ
Lời chúc phúc

一般 用 祝福語
- Yībānyòng zhùfúyǔ

Lời chúc phúc thường dùng

我 祝福你 萬 事 如意。
Wǒ zhùfú nǐ wànshì-rúyì.
Chúc anh vạn sự như ý.

希 望 你美 夢 成 真。
Xīwàng nǐ měimèng-chéngzhēn.
Mong ước mơ của anh sẽ thành hiện thực.

吉星 高 照。
Jíxīng-gāozhào.
Cát tinh cao chiếu. (*Ý chúc may mắn suốt năm.)

祝 你 好 運。

Zhù nǐ hǎoyùn.

Chúc bạn may mắn.

事事 順 心。

Shìshì-shùnxīn.

Mọi việc thuận lợi.

笑 口 常 開。

Xiàokǒu-chángkāi.

Luôn vui vẻ, nụ cười luôn nở trên môi.

愛情
àiqíng
Tình yêu

祝 你們 白頭 偕老。

Zhù nǐmen báitóu-xiélǎo.

Chúc anh chị bách niên giai lão.

祝 你們 永 浴愛河。

Zhù nǐmen yǒngyù-àihé.

Chúc anh chị luôn hạnh phúc.

情 人節 快 樂。

Qíngrénjié kuàilè.

Lễ tình nhân vui vẻ.

有 情人 終 成 眷 屬。

Yǒuqíngrén zhōngchéng juànshǔ.

Người yêu nhau cuối cùng sẽ thành người một nhà.

你們 真 是 天 作 之 合！

Nǐmen zhēn shì tiānzuòzhīhé!

Anh chị đúng là lương duyên trời ban!

生日
● Shēngrì
Sinh nhật

祝 你 生 日 快 樂！

Zhù nǐ shēngrì kuàilè!

Chúc anh sinh nhật vui vẻ!

願 你 健 康 長 壽。

Yuàn nǐ jiànkāng chángshòu.

Chúc anh khỏe mạnh trường thọ.

祝 你 永 遠 快 樂。

Zhù nǐ yǒngyuǎn kuàilè.

Chúc anh luôn vui vẻ.

祝 你 多 福 多 壽。

Zhù nǐ duōfú-duōshòu.

Chúc anh đa phúc đa thọ.

祝 您福如 東 海，

Zhù ní fú rú Dōnghǎi,

壽 比 南 山！

shòu bǐ Nánshān!

Chúc anh phước như
Đông Hải, thọ tỉ Nam Sơn.

069

學業和事業
- Xuéyè hé shìyè
Học hành và sự nghiệp

祝 你 學業 進步。
Zhù nǐ xuéyè jìnbù.
Chúc anh học hành tiến bộ.

祝 你 金 榜 題 名。
Zhù nǐ Jīnbǎng-tímíng.
Chúc anh kim bảng đề danh. (*Ý chúc đỗ đạt trong thi cử)

祝 你 步步 高 升。
Zhù nǐ bùbù-gāoshēng.
Chúc anh ngày càng thăng tiến.

祝 你 馬 到 成 功。
Zhù nǐ mǎ dào chéng gōng.
Chúc anh mã đáo thành công.

祝 你 脫 穎 而 出。
Zhù nǐ tuōyǐng'érchū.
Chúc anh nổi trội hơn mọi người.

祝 你 生 意 興 隆。
Zhù nǐ shēngyì-xīnglóng.
Chúc anh buôn bán thuận lợi.

祝 你 鴻 圖 大 展。
Zhù nǐ hóngtú-dàzhǎn.
Chúc anh phát triển sự nghiệp.

祝 你 鵬 程 萬 里。
Zhù nǐ péngchéng-wànlǐ.
Chúc anh có một tương lai rạng rỡ.

新 年
Xīnnián
Năm mới

新 年　快 樂。
Xīnnián kuàilè.
Năm mới vui vẻ.

恭　賀　新 禧！
Gōnghè-xīnxǐ!
Chúc mừng, chúc mừng!

恭　喜 發財 ！
Gōngxǐ-fācái!
Cung hỷ phát tài!

祝　你 大吉大利。
Zhù nǐ dàjí-dàlì.
Chúc anh đại cát đại lợi.

祝 你 年　年　有 餘。
Zhù nǐ niánnián-yǒuyú.
Chúc anh năm nào cũng dư dả.

祝 你 歲歲 平 安。
Zhù nǐ suìsuì-píngān.
Chúc anh bình an.

願　你 有 個吉 祥　快樂的一 年！
Yuàn nǐ yǒu ge jíxiáng kuàilè de yì nián!
Chúc anh có một năm cát tường vui vẻ!

其他節日
● Qítā jiérì
Ngày lễ khác

祝 你 中 秋 節 快 樂！
Zhù nǐ Zhōngqiūjié kuàilè
Tét Trung thu vui vẻ!

Tết Đoan Ngọ
端 午 節 Duānwǔjié

Tiết Thanh Minh
清 明 節 Qīngmíngjié

* Tiết Thanh Minh là một trong 24 tiết khí trong năm theo cách tính của lịch dương, thường rơi vào ngày 4/4 hằng năm.

Tết Trung Nguyên	Tết Nguyên Tiêu
中 元 節 Zhōngyuánjié	元 宵 節 Yuánxiāojié

* Tết Trung Nguyên vào rằm tháng 7 âm lịch hằng năm.
* Tết Nguyên Tiêu vào rằm tháng 1 âm lịch hằng năm.

Tết Thiếu Nhi	Quốc tế Phụ Nữ
兒 童 節 Értóngjié	婦 女 節 Fùnǚjié

Ngày Nhà Giáo	Ngày của Mẹ	Ngày của Cha	Giáng Sinh
教 師 節 Jiàoshījié	母 親 節 Mǔqīnjié	父 親 節 Fùqīnjié	耶 誕 節 Yēdànjié

生詞總表
Bảng từ vựng

A

ānjìng de　安靜的　yên tĩnh

àngsī　盎司　ounce

B

bàba　爸爸　ba, bố

bā diǎn sìshí fēn　八點四十分　8:40

Bāxīrén　巴西人　người Brazil

bā　八　tám

bā yuè　八月　tháng tám

bā zhé　八折　giảm 20%

bāibāi　拜拜　Bye, tạm biệt

bàngōngshì　辦公室　văn phòng

bànjià　半價　nửa giá, giảm 50%

bānmǎxiàn　斑馬線　vạch cho người đi bộ

Bǎnqiáo　板橋　Bản Kiều (Banqiao)

bàn xiǎoshí hòu　半小時後　nửa tiếng sau

bàng　棒　tuyệt

bàng　磅　pao (pound)

bāozi　包子　bánh bao

běibiān　北邊　phía Bắc

bísāi　鼻塞　nghẹt mũi

bízi　鼻子　mũi

biànlì shāngdiàn　便利商店　cửa hàng tiện lợi

biǎoyǎn　表演　biểu diễn

bīng de　冰的　đồ lạnh

bówùguǎn　博物館　viện bảo tàng

bózi　脖子　cổ

bǔjià　補假　ngày nghỉ bù

bú tài hǎo　不太好　không tốt lắm

C

cāshāng　擦傷　trầy xước

cāntīng　餐廳　nhà hàng

cǎoméi bīngshā　草莓冰沙　sinh tố dâu

chāzi　叉子　nĩa

chēzhàn　車站　ga xe

chènshān　襯衫　sơ mi

Chén　陳　Trần

chīfàn　吃飯　ăn cơm

chī zǎocān　吃早餐　ăn sáng

chī wǔfàn　吃午飯　ăn trưa

chī wǎncān　吃晚餐　ăn tối

chī zìzhùcān　吃自助餐　ăn bữa tự chọn

cìjīxìng de　刺激性的　đồ kích thích, đồ nóng

D

dā diàntī　搭電梯　đi thang máy

dǎ pēntì　打噴嚏　hắt xì

dā shǒufútī　搭手扶梯　đi thang cuốn

dàtīng　大廳　đại sảnh

dàxuéshēng　大學生　sinh viên

dà yìdiǎn　大一點　lớn một chút

dǎ yùfángzhēn　打預防針　chích ngừa

dǎzhé　打折　giảm giá

dàizi　袋子　túi

dānshēn　單身　độc thân

Dànshuǐzhàn　淡水站　ga Đạm Thủy (Danshui)

dǎoyóu　導遊　hướng dẫn viên du lịch

dāozi　刀子　con dao

Déguórén　德國人　người Đức

dìdi　弟弟　em trai

dìxiàdào　地下道　đường hầm

diànyǐng　電影　phim ảnh

diànyuán　店員　nhân viên

diàoyú　釣魚　câu cá

dì-yī ge　第一個　đầu tiên

dì-èr ge　第二個　thứ hai

073

dì-sān ge　第三個　thứ ba

dì-sì ge　第四個　thứ tư

dì-wǔ ge　第五個　thứ năm

dōngbiān　東邊　phía Đông

Dōngjīng　東京　Tokyo

dòngwùyuán　動物園　sở thú

Dòngwùyuánzhàn　動物園站　Trạm Sở thú

dùzi　肚子　bụng

Duānwǔjié　端午節　Tết Đoan Ngọ

duìbùqǐ　對不起　xin lỗi

duìmiàn　對面　đối diện

E

égānjiàng　鵝肝醬　gan ngỗng

ěrduo　耳朵　tai

èrshí　二十　20

Értóngjié　兒童節　Tết Thiếu Nhi

èr　二　2

èr yuè　二月　tháng 2

F

fǎguān　法官　thẩm phán

Fǎguórén　法國人　người Pháp

fāpiào　發票　biên lai

fāshāo　發燒　nóng sốt

Fǎshì　法式　món Pháp

fàn hòu　飯後　sau bữa ăn

fángjiān　房間　căn phòng

fēijīchǎng　飛機場　sân bay

Fēilǜbīnrén　菲律賓人　người Philippines

fùchǎnkē　婦產科　khoa Phụ sản

fùjiànkē　復健科　khoa Vật lý trị liệu

Fùnǚjié　婦女節　Ngày Phụ nữ

Fùqīnjié　父親節　Ngày của cha

G

gāoxìng　高興　vui mừng

Gāoxióng　高雄　Cao Hùng

gāozhōngshēng　高中生　học sinh cấp 3

gébì　隔壁　bên cạnh

gēge　哥哥　anh trai

gōngchǎng　工廠　công xưởng

gōngchē sījī　公車司機　tài xế xe buýt

gōngchē　公車　xe buýt

Gōngchēzhàn　公車站　trạm xe buýt

gōngchéngshī　工程師　kỹ sư

gōngjīn　公斤　kí lô

gōngsī　公司　công ty

gōngyuán　公園　công viên

gōngzuò　工作　công việc

gūgu / āyí　姑姑 / 阿姨　cô / dì

gǔkē　骨科　khoa Xương

Gǔtíngzhàn　古亭站　trạm Cổ Đình (Guting)

guàhào　掛號　đăng kí , lấy số

guàhàoxìn　掛號信　thư bảo đảm

guǎngbòyuán　廣播員　phát thanh viên

guì　貴　mắc

guódìng jiàrì　國定假日　ngày lễ theo qui định

guójì màoyì　國際貿易　ngoại thương

guòmǐn　過敏　dị ứng

guǒzhī　果汁　nước ép trái cấp

guózhōngshēng　國中生　học sinh cấp 2

H

hǎixiānjúfàn　海鮮焗飯　cơm hải sản đút lò

hànbǎo　漢堡　bánh hamburger

Hánguórén　韓國人　người Hàn

hánshì bànfàn　韓式拌飯　cơm trộn bibimbap

hánshì　韓式　món Hàn

hángkōng yóujiàn　航空郵件　thư hàng không

hǎo xiāngchǔ de　好相處的　dễ gần

hǎo　好　tốt

hē kāfēi　喝咖啡　uống cà phê

Bảng từ vựng

Hépíngxīlù　和平西路　Đường Hòa Bình Tây (He Ping Xi)

hěn hǎo　很好　rất tốt

hóngchá　紅茶　hồng trà

hónglǜdēng　紅綠燈　đèn giao thông

hóulóngtòng　喉嚨痛　đau họng

hòumiàn　後面　phía sau

hòutiān　後天　ngày kia, ngày mốt

hújiāo　胡椒　tiêu

hùshì　護士　y tá

hùzhào　護照　hộ chiếu

huàjiā　畫家　họa sĩ

Huālián　花蓮　Hoa Liên

huásuàn　划算　có lợi, thỏa đáng

huàxué　化學　hóa học

huíjiā　回家　về nhà

huìyì　會議　cuộc họp

huízhuǎn　迴轉　quay đầu

huǒchē　火車　xe lửa

huǒchēzhàn　火車站　ga xe lửa

huópō de　活潑的　hoạt bát

J

jìchéngchē　計程車　xe taxi

jìchéngchē zhāohūzhàn　計程車招呼站　nơi đón taxi

jījí de　積極的　tích cực

jīxiè gōngchéng　機械工程　kỹ sư điện máy

jìzhě　記者　ký giả

jiābān　加班　tăng ca

jiákè　夾克　áo khoác

Jiānádàrén　加拿大人　người Canada

jiārén　家人　người nhà

jiātíngyīxuékē　家庭醫學科　khoa Sức Khỏe Gia Đình

jiātíng zhǔfù　家庭主婦　nội trợ

jiā　家　nhà

jiàqí　假期　kỳ nghỉ

jiānbǎng　肩膀　vai

jiànkāng jiǎnchá　健康檢查　kiểm tra sức khỏe

jiànkāng zhōngxīn　健康中心　trung tâm y tế

jiànxíng　健行　đi bộ

Jiàoshījié　教師節　Ngày Nhà giáo

jiàoshì　教室　lớp học

jiāo táng bù dīng　焦糖布丁　bánh plan

jiǎo　腳　chân

jiéhūn le　結婚了　kết hôn rồi

jiějie　姊姊　chị gái

jiémù　節目　chương trình

jiéyùn　捷運　MRT, tàu điện ngầm

jiéyùnzhàn　捷運站　trạm tàu điện ngầm

jīntiān　今天　hôm nay

jǐngchájú　警察局　đồn cảnh sát

jǐngwèi　警衛　bảo vệ

jiǔ　九　9

jiǔ yuè　九月　tháng 9

jiǔ zhé　九折　giảm 10%

júbóbǐng　焗薄餅　bánh Nachos

jǔsàng　沮喪　chán nản

K

kǎbùqínuò　卡布奇諾　cappuccino

kāfēi　咖啡　cà phê

kāfēidiàn　咖啡店　tiệm cà phê

kāihuì　開會　họp

kāixīn　開心　vui vẻ

kàn diànyǐng　看電影　xem phim

kělè　可樂　coca

késòu　咳嗽　ho

kè　克　gam

Kěndīng　墾丁　Kenting

kōngfù　空腹　bụng rỗng

kǒuyìyuán　口譯員　thông dịch viên

kùzi　褲子　quần

kǔ　苦　đắng

kuàidì　快遞　chuyển phát nhanh

kuàilè　快樂　vui vẻ

kuàizi　筷子　đôi đũa

lādùzi　拉肚子　tiêu chảy

là　辣　cay

lǎoshī　老師　giáo viên

lěng　冷　lạnh

lǐfàshī　理髮師　thợ cắt tóc

líhūn le　離婚了　li hôn rồi

Lǐ　李　Lý

liǎngbǎi　兩百　200

liǎng diǎn　兩點　2:00

liǎng ge　兩個　2

liǎngqiān　兩千　2000

liǎngwàn　兩萬　20000

Lín　林　Lâm

língchén liǎng diǎn　凌晨兩點　2 giờ sáng

lǐngyào　領藥　nhận thuốc

liúbíshuǐ　流鼻水　sổ mũi

liù　六　6

liù yuè　六月　tháng 6

lǜchá　綠茶　trà xanh

lùkǒu　路口　ngã tư

lǜshī　律師　luật sư

Lúndūn　倫敦　Luân Đôn

māma　媽媽　mẹ

mángguǒ nǎiluò　芒果奶酪　lassi xoài

Měiguórén　美國人　người Mỹ

mèimei　妹妹　em gái

měi sān xiǎoshí　每三小時　mỗi 3 giờ đồng hồ

měishì qiántǐngbǎo　美式潛艇堡　bánh mỳ "tàu ngầm" kiểu Mỹ

mìmǎ　密碼　mật mã

mìshū　祕書　thư ký

miànbāo　麵包　bánh mì

míngtiān　明天　ngày mai

míngxìnpiàn　明信片　bưu thiếp

mótèér　模特兒　người mẫu

Mòxīgērén　墨西哥人　người Mê hi cô

Mǔqīnjié　母親節　Ngày của Mẹ

nàge　那個　cái kia

nátiě　拿鐵　latte

nà wèi xiānshēng　那位先生　người đàn ông đó

nà wèi xiānshēng de　那位先生的　của người đàn ông đó

nǎichá　奶茶　trà sữa

nǎinai / wàipó　奶奶/外婆　bà nội / bà ngoại

nǎiyóu nánguā dùnfàn　奶油南瓜燉飯　cơm risotto bí ngô

nǎiyóu pàofú　奶油泡芙　bánh xu kem

Nánbiān　南邊　phía Nam

nánguò　難過　buồn bã

nányǎnyuán　男演員　nam diễn viên

nèiróng　內容　nội dung

nǐ de　你的　của bạn, …

nǐmen de　你們的　của các bạn

nǐmen　你們　các bạn, các anh, các chị, …

nǐ　你　bạn, anh, chị, ông , bà, …

nín de　您的　của ngài, …

nín　您　ngài, ông, …

niúpái　牛排　bít tết

niúròumiàn　牛肉麵　mì bò

niǔshāng　扭傷　bong gân

Niǔyuē　紐約　New York

Nónglì Chūnjié　農曆春節　Tết Âm lịch

nǚyǎnyuán　女演員　nữ diễn viên

P

páshān　爬山　leo núi

páigǔfàn　排骨飯　cơm sườn

pàochá　泡茶　pha trà

pèishuǐ　配水　với nước

Pífūkē　皮膚科　khoa Da liễu

píjiǔ　啤酒　bia

piányí　便宜　rẻ

píngguǒ　蘋果　táo

píng xìn　平信　thư thường

pútáojiǔ　葡萄酒　rượu nho

Q

qǐchuáng　起床　thức dậy

qìshuǐ　汽水　nước ngọt

qī　七　7

qī yuè　七月　tháng 7

qīzǐ　妻子　vợ

qiánmiàn　前面　phía trước

qiántiān　前天　ngày hôm kia

qiǎokèlì dàngāo　巧克力蛋糕　bánh sô cô la

Qīngmíngjié　清明節　Tiết Thanh Minh

qǐng　請　Xin, mời, ...

qǐngwèn　請問　Xin hỏi

qù bǎihuògōngsī　去百貨公司　đến cửa hàng bách hóa

qù guàngjiē　去逛街　đi dạo phố

qù páshān　去爬山　đi leo núi

qúnzi　裙子　váy

R

règǒu　熱狗　bánh mì kẹp xúc xích (bánh hotdog)

Rénàilù　仁愛路　Đường Nhân Ái (Ren Ai)

Rìběnrén　日本人　người Nhật

rìshì　日式　món Nhật

S

sānbǎi　三百　300

sān diǎn shíwǔ fēn　三點十五分　3:15

sān diǎn wǔ fēn　三點五分　3:05

sān ge　三個　3

sānmíngzhì　三明治　bánh sandwich

sānqiān　三千　3000

sānshísì　三十四　34

sānshí　三十　30

sān xiǎoshí hòu　三小時後　sau 3 giờ đồng hồ

sān yuè　三月　tháng 3

sān　三　3

shālā　沙拉　salad

shǎn huángdēng chù　閃黄燈處　cột đèn vàng nhấp nháy

shàngbānzú　上班族　nhân viên văn phòng

shàngbān　上班　đi làm

shàngbān/gōngzuò　上班 / 工作　đi làm / làm việc

shàngkè　上課　đi học

shàng lóu　上樓　lên lầu

shàngwǔ jiǔ diǎn　上午九點　9:00 sáng

shāngxīn　傷心　đau lòng

shàng xīngqírì　上星期日　chủ nhật tuần trước

shàng xīngqíwǔ　上星期五　thứ sáu tuần trước

shāngyè　商業　thương mại

shèjìshī　設計師　nhà thiết kế

shēnfènzhèng　身分證　chứng minh thư

Shèngdànjié　聖誕節　Giáng sinh

shēngqì　生氣　giận dữ, bực bội

shēngyúpiàn　生魚片　cá sống sashimi

shíbā　十八　18

shí diǎn　十點　10:00 giờ

shíèr diǎn sānshí fēn/shíèr diǎn bàn　十二點三十分/十二點半　12:30

shíèr　十二　12

shíèr yuè　十二月　tháng 12

shí fēnzhōng hòu　十分鐘後　sau 10 phút

shísān　十三　13

shísì　十四　14

shíyī　十一　11

shíyī yuè　十一月　tháng 11

shí　十　10

shí yuè　十月　tháng 10

shízìlùkǒu　十字路口　ngã tư

shǒubì　手臂　cánh tay

shōujiàndān　收件單　đơn nhận hàng

shōujiànzhě　收件者　người nhận

shōujù　收據　biên nhận

shōuyínyuán　收銀員　thu ngân

shǒu　手　tay

shǒuzhǐ　手指　ngón tay

shūfú　舒服　thoải mái

shúshu / bóbo　叔叔 / 伯伯　chú / bác

shuāngshíjié　雙十節　Lễ 10 / 10

shuǐguǒtǎ　水果塔　tháp trái cây

shuǐjiǎo　水餃　sủi cảo

shuìjiào　睡覺　đi ngủ

shuìqián　睡前　trước khi ngủ

shuǐ　水　nước

sì　四　4

sì ge　四個　4

sì yuè　四月　tháng 4

sùjiāodài　塑膠袋　túi ni lon

sūzhá huāzhīquān　酥炸花枝圈　mực chiên giòn

suān de　酸的　chua

suān　酸　chua

Ⓣ

tā de　他的　của anh ấy

tā de　她的　của cô ấy

tāmen de　他們的　của họ

tāmen　他們　họ, các anh ấy, các chị ấy

tā　他　anh ấy, bạn ấy, ...

tā　她　chị ấy, bạn ấy, ...

Táiběichēzhàn　臺北車站　Ga xe lửa Đài Bắc

Táiběi shìzhèngfǔ　臺北市政府　Tòa thị chính Đài Bắc

Táiběi　臺北　Đài Bắc

Tàiguórén　泰國人　người Thái

tàishì　泰式　món Thái

Táiwānrén　臺灣人　người Đài Loan

Tái zhōng　臺中　Đài Trung

tànwàng bìngrén　探望病人　thăm bệnh

tāngchí　湯匙　muỗng

tàng　燙　nóng

tàng de　燙的　nóng

tèbié yōuhuì　特別優惠　ưu đãi đặc biệt

tèdà hào　特大號　size XL, size lớn nhất

tèjià　特價　giảm giá

tílāmǐsū　提拉米蘇　bánh tiramisu

tīxù　T恤　áo thun

tiānqiáo　天橋　cầu vượt

tián　甜　ngọt

tóu　頭　đầu

tuīxiāoyuán　推銷員　nhân viên kinh doanh

tuǐ　腿　chân

túnbù　臀部　vùng mông

Ⓦ

wàigōng　外公　ông ngoại

wàixiàng de　外向的　cởi mở

wǎnshàng qī diǎn　晚上七點　7 giờ tối

wànshì-rúyì　萬事如意　vạn sự như ý

wǎn' ān　晚安　Chào buổi tối/ Chúc ngủ ngon

Wáng　王　Vương

wèihūn　未婚　chưa kết hôn

wēishìjì　威士忌　rượu whisky

wèicēngtāng 味噌湯 canh miso

wén huà zhōng xīn 文化中心 Trung tâm văn hóa

wǒ de 我的 của tôi

wǒmen de 我們的 của chúng tôi

wǒmen 我們 chúng tôi

wǒ 我 tôi

wǔ'ān 午安 Chào buổi trưa

wǔ ge 五個 5

wǔshí 五十 50

wǔ yuè 五月 tháng 5

wǔ zhé 五折 giảm 50%

wǔ 五 5

Xībānyárén 西班牙人 người Tây Ban Nha

xībiān 西邊 phía Tây

xīgài 膝蓋 đầu gối

xīguǎn 吸管 ống hút

Xīménzhàn 西門站 trạm Tây Môn (Ximen)

xīshì 西式 phía Tây

xiàbān 下班 tan ca

xiàkè 下課 tan học

xià lóu 下樓 xuống lầu

xiàwǔ jiàn 下午見 Hẹn gặp vào buổi trưa

xiàwǔ sān diǎn 下午三點 3:00 chiều

xià xīngqí'èr 下星期二 thứ ba tuần sau

xià xīngqíliù 下星期六 thứ bảy tuần sau

xián de 鹹的 mặn

xiānshēng 先生 chồng

xiànshí zhuānsòng 限時專送 thư phát nhanh

xián 鹹 mặn

xiāngbīn 香檳 rượu sâm panh

xiāngcǎo bīngqílín 香草冰淇淋 kem vani

xiàngkǒu 巷口 đường hẻm

Xiǎoérkē 小兒科 khoa Nhi

xiāofángyuán 消防員 nhân viên chữa cháy

xiǎoxuéshēng 小學生 học sinh tiểu học

xiǎo yīdiǎn 小一點 nhỏ hơn

xièxie 謝謝 cảm ơn

xiézi 鞋子 giày

xìnfēng 信封 bì thư

Xīnjiāpōrén 新加坡人 người Singapore

Xīnnián 新年 Năm mới

xīnwén zhǔbò 新聞主播 biên tập viên tin tức

xìnyòngkǎ 信用卡 thẻ tín dụng

xìnzhǐ 信紙 giấy

Xīnzhú 新竹 Tân Trúc (Xinzhu)

xīngfèn 興奮 phấn khởi

xīngqíyī 星期一 Thứ hai

xīngqí'èr 星期二 Thứ ba

xīngqísān 星期三 Thứ tư

xīngqísì 星期四 Thứ năm

xīngqíwǔ 星期五 Thứ sáu

xīngqíliù 星期六 Thứ bảy

xīngqírì 星期日 Chủ nhật

xīngqíyī jiàn 星期一見 Hẹn gặp vào thứ hai

xiōngkǒu 胸口 ngực

xiūjià 休假 nghỉ

xuéshēng 學生 học sinh

xuéxiào 學校 trường học

Y

yáchǐ 牙齒 răng

Yákē 牙科 Nha khoa

yáyī 牙醫 nha sĩ

yǎnjīng 眼睛 mắt

yánjiùshēng 研究生 nghiên cứu sinh

Yǎnkē 眼科 khoa Mắt

yán 鹽 muối

yángcōngzhuān　洋蔥磚　hành chiên

yángzhuāng　洋裝　đầm

Yáng　楊　Dương

yāobù　腰部　vùng eo

Yēdànjié　耶誕節　Giáng Sinh

yéye　爺爺　ông nội

yìbǎi　一百　100

yìbānwàikē　一般外科　Ngoại khoa

Yìdàlìmiàn　義大利麵　mì Ý

Yìdàlìrén　義大利人　người Ý

yì diǎn　一點　1:00

yǐhòu zài liáo　以後再聊　Nói sau nhé

yìqiān　一千　1000

Yìshì　義式　món Ý

yì tiānyícì　一天一次　một ngày một lần

yíwàn　一萬　10 000

yīyào　醫藥　y dược

yīyuàn　醫院　bệnh viện

yī　一　1

yī yuè　一月　tháng 1

Yìndùrén　印度人　người Ấn Độ

yínháng　銀行　ngân hàng

yǐnliào　飲料　thức uống

yīnyuèjiā　音樂家　nhạc sĩ

yìnzhāng　印章　con dấu

Yīngguórén　英國人　người Anh

yīngtáopài　櫻桃派　bánh cherry

yóujú　郵局　bưu điện

yǒukòng　有空　rảnh rỗi

yóupiào　郵票　con tem

yòu zhuǎn　右轉　rẽ phải

yúkuài　愉快　vui vẻ, vui sướng

yūqīng　瘀青　bầm tím

yuánjǐng　員警　cảnh sát

Yuánxiāojié　元宵節　Tết Nguyên Tiêu

Z

Zàijiàn　再見　Hẹn gặp lại!

Zǎo a　早啊　Chào buổi sáng

Zǎoān　早安　Chào buổi sáng

zǎoshàng bā diǎn　早上八點　8 giờ sáng

zhá jīliǔbàng　炸雞柳棒　Gà chiên que

zhàngdān　帳單　hóa đơn

zhànghào　帳號　tài khoản

zhège　這個　cái này

zhékòu　折扣　chiết khấu

zhè wèi xuéshēng de　這位學生的　của bạn học sinh này

zhè wèi xuéshēng　這位學生　bạn học sinh này

zhěnsuǒ　診所　phòng khám

zhēntàn　偵探　trinh thám

zhèngjiàn　證件　giấy tờ

zhíyèjūnrén　職業軍人　bộ đội

zhìzuòrén　製作人　nhà sản xuất

zhōngdiǎnzhàn　終點站　trạm cuối

Zhōngguórén　中國人　người Trung Quốc

zhōng hào　中號　size M, size trung bình

zhǒngqǐlái　腫起來　sưng lên

Zhōngqiūjié　中秋節　Tết Trung Thu

zhōngshì　中式　món Trung Hoa

Zhōngxiàodōnglù　忠孝東路　Đường Trung Hiếu Đông (Zhong Xiao Dong)

Zhōngyuánjié　中元節　Tiết Trung Nguyên

zhùlǐ　助理　trợ lý

zhùyá　蛀牙　sâu răng

zhǔzhǐ　主旨　tiêu đề

zhuǎnjiǎo　轉角　ngã rẽ

zǒnghuì bèiguǒ　總匯貝果　bánh mì vòng thập cẩm

zǒnghuì sānmíngzhì　總匯三明治　sandwich thập cẩm

zǒu lóutī　走樓梯　đi thang bộ, lên cầu thang

zuótiān　昨天　hôm qua

zuǒ zhuǎn　左轉　rẽ trái

附錄一

Danh từ thường dùng

 常用名詞

11

Chángyòng míngcí

Thức ăn
食物
Shíwù

bánh mì	bánh kem	kẹo	sô cô la
麵包	蛋糕	糖果	巧克力
miànbāo	dàngāo	tángguǒ	qiǎokèlì

bánh qui	sủi cảo	trứng	hamburger
餅乾	水餃	蛋	漢堡
bǐnggān	shuǐjiǎo	dàn	hànbǎo

hotdog	mì	mì Ý	bánh pie
熱狗	麵	義大利麵	派
règǒu	miàn	yìdàlìmiàn	pài

pizza	thịt heo	cơm	salad
披薩	豬肉	飯	沙拉
pīsà	zhūròu	fàn	shālā

sandwich	bánh mỳ "tàu ngầm"	sushi	đậu phụ
三明治	潛艇堡	壽司	豆腐
sānmíngzhì	qiántǐngbǎo	shòusī	dòufǔ

Trái cây
水果
Shuǐguǒ

táo	chuối	việt quất	cherry
蘋果	香蕉	藍莓	櫻桃
píngguǒ	xiāngjiāo	lánméi	yīngtáo

bưởi	nho	ổi	chanh
葡萄柚	葡萄	番石榴	檸檬
pútáoyòu	pútáo	fānshíliú	níngméng

xoài
芒 果
mángguǒ

dưa hấu
香 瓜
xiāngguā

cam
柳 橙
liǔchéng

đu đủ
木 瓜
mùguā

đào
桃子
táozi

lê
洋 梨
yánglí

dứa
鳳 梨
fènglí

mơ
梅子
méizi

quýt
橘子
júzi

khế
楊 桃
yángtáo

dâu tây
草 莓
cǎoméi

dưa hấu
西瓜
xīguā

Trường học

學校
Xuéxiào

máy lạnh
冷氣機
lěngqìjī

bảng đen
黑 板
hēibǎn

cái tẩy
板擦
bǎncā

thùng nước
水 桶
shuǐtǒng

bảng thông báo
公 佈 欄
gōngbùlán

phấn
粉筆
fěnbǐ

lớp học
教 室
jiàoshì

máy vi tính
電 腦
diànnǎo

bàn học
書 桌
shūzhuō

cửa thoát hiểm
逃 生 門
táoshēngmén

quạt điện
電 扇
diànshàn

bình dập lửa
滅 火 器
mièhuǒqì

sân thể dục
體育館
tǐyùguǎn

thư viện
圖書 館
túshūguǎn

bóng đèn
日光 燈
rìguāngdēng

điện thoại công cộng
公 用 電 話
gōngyòngdiànhuà

bãi đậu xe
停 車 場
tíngchēchǎng

nhà vệ sinh
廁 所
cèsuǒ

phòng bảo vệ
警 衛室
jǐngwèishì

tủ giày
鞋 櫃
xiéguì

sân vận động
操 場
cāochǎng

công tắc
開 關
kāiguān

thùng rác
垃圾桶
lèsètǒng

bảng trắng
白 板
báibǎn

máy bay	xe đạp	xe đạp	thuyền nhỏ
飛機	自行車	腳踏車	小 船
fēijī	zìxíngchē	jiǎotàchē	xiǎochuán

xe buýt	xe hơi	du thuyền	máy bay phản lực
公 共汽車	汽車	渡輪	噴射機
gōnggòngqìchē	qìchē	dùlún	pēnshèjī

xe máy	MRT	phà	thuyền
摩托車	捷運	客輪	船
mótuōchē	jiéyùn	kèlún	chuán

taxi	xe lửa	xe tải	xe chở hàng
計程車	火車	卡車	貨車
jìchéngchē	huǒchē	kǎchē	huòchē

附錄一　常用名詞

Văn phòng phẩm
文具
Wénjù

dao thủ công	lưỡi dao	kẹp sách	bút xóa nước
美 工 刀	刀 片	書 籤	修 正 液
měigōngdāo	dāopiàn	shūqiān	xiūzhèngyì

bút xóa	bì thư	cục tẩy	cặp đựng tài liệu
立可帶	信 封	橡 皮 擦	檔 案 夾
lìkědài	xìnfēng	xiàngpícā	dǎngànjiá

keo	keo dán	mực	nam châm
膠 水	口 紅 膠	墨 水	磁 鐵
jiāoshuǐ	kǒuhóngjiāo	mòshuǐ	cítiě

bút dạ quang	ghi nhớ	sổ ghi chép	giấy ghi chú
奇異筆	備 忘 錄	筆記本	便 箋
qíyìbǐ	bèiwànglù	bǐjìběn	biànjiān

giấy	kẹp giấy	dao rọc giấy	bút bi
信紙	迴 紋 針	裁 紙 刀	鋼 筆
xìnzhǐ	huíwénzhēn	cáizhǐdāo	gāngbǐ

bút chì	túi đựng bút	hộp đựng bút	đồ chuốt bút chì
鉛筆	筆袋	鉛筆盒	削 鉛筆機
qiānbǐ	bǐdài	qiānbǐhé	xiāoqiānbǐjī

đinh ghim	dây thun	thước	kéo
大頭 針	橡 皮筋	尺	剪 刀
dàtóuzhēn	xiàngpíjīn	chǐ	jiǎndāo

kim bấm	dụng cụ bấm giấy	sticker	băng keo
訂書針	訂書機	貼紙	膠 帶
dìngshūzhēn	dìngshūjī	tiēzhǐ	jiāodài

Nhà cửa

家
Jiā

tầng hầm	nhà tắm	phòng ngủ	giá áo
地下室	浴室	臥室	衣架
dìxiàshì	yùshì	wòshì	yījià

nhà ăn	ổ cắm điện kéo dài	nhà để xe, ga-ra	nhà bếp
餐廳	延 長 線	車庫	廚 房
cāntīng	yánchángxiàn	chēkù	chúfáng

phòng giặt đồ	phòng khách	gối	nệm
洗衣間	客廳	枕 頭	棉 被
xǐyījiān	kètīng	zhěntou	miánbèi

phòng tắm	dép lê	phòng sách	nhà kho
淋浴間	拖鞋	書 房	儲 藏 室
línyùjiān	tuōxié	shūfáng	chúcángshì

Nội thất

家具
Jiājù

giường	kệ sách	thảm	ghế
床	書架	地毯	椅子
chuáng	shūjià	dìtǎn	yǐzi

tủ quần áo	máy hút ẩm	tủ lạnh	đèn
衣櫥	除濕機	冰箱	燈
yīchú	chúshījī	bīngxiāng	dēng

tủ rượu	kệ giày	bồn nước	ghế sofa
酒櫃	鞋櫃	水槽	沙發
jiǔguì	xiéguì	shuǐcáo	shāfā

ghế đẩu	bàn	đèn bàn	ti vi
凳子	桌子	檯燈	電視
dèngzi	zhuōzi	táidēng	diànshì

Nơi chốn
場所
Chǎngsuǒ

sân bay	ngân hàng	trạm xe buýt	phòng khám
機場	銀行	公車站牌	診所
jīchǎng	yínháng	gōngchēzhànpái	zhěnsuǒ

tiệm cà phê	cửa hàng tiện lợi	cửa hàng bách hóa	thang máy
咖啡廳	便利商店	百貨公司	電梯
kāfēitīng	biànlì shāngdiàn	bǎihuògōngsī	diàntī

tiệm thức ăn nhanh	cảng	đại sảnh	nhà thuốc
速食店	港口	大廳	藥局
sùshídiàn	gǎngkǒu	dàtīng	yàojú

sở cảnh sát	bưu điện	ga xe lửa	nhà vệ sinh
警察局	郵局	火車站	盥洗室
jǐngchájú	yóujú	huǒchēzhàn	guànxǐshì

trung tâm mua sắm	phố đi bộ	cao ốc	siêu thị
大賣場	人行道	摩天大樓	超級市場
dàmàichǎng	rénxíngdào	mótiāndàlóu	chāojíshìchǎng

dơi 蝙蝠 biānfú	gấu 熊 xióng	ong 蜜蜂 mìfēng	chim 鳥 niǎo
trâu 公牛 gōngniú	mèo 貓 māo	gà 小雞 xiǎojī	bò 母牛 mǔniú
nai 鹿 lù	chó 狗 gǒu	vịt 鴨 yā	đại bàng 老鷹 lǎoyīng
voi 大象 dàxiàng	cá 魚 yú	cáo 狐狸 húlí	hươu cao cổ 長頸鹿 chángjǐnglù
ngỗng 鵝 é	ngựa 馬 mǎ	gấu koala 無尾熊 wúwěixióng	báo 豹 bào
sư tử 獅子 shīzi	khỉ 猴 hóu	chuột 鼠 shǔ	đà điểu 鴕鳥 tuóniǎo
gấu trúc 熊貓 xióngmāo	chim cánh cụt 企鵝 qié	heo 豬 zhū	gấu Bắc Cực 北極熊 běijíxióng
gấu mèo 浣熊 wǎnxióng	thỏ 兔子 tùzi	gà trống 公雞 gōngjī	cừu 羊 yáng
rắn 蛇 shé	cọp 老虎 lǎohǔ	sói 狼 láng	ngựa vằn 斑馬 bānmǎ

Danh xưng
人稱
Rénchēng

người lớn **成 人** chéngrén	cô / dì **姑姑 /阿姨** gūgu / āyí	trẻ sơ sinh **嬰 兒** yīngér	con trai **男 孩** nánhái
trẻ em **小 孩** xiǎohái	anh em họ 表/堂 兄弟姊妹 biǎo/ táng xiōngdì jiěmèi	chị gái **姊姊** jiějie	ba **爸爸** bàba
con gái **女孩** nǚhái	ông nội / ông ngoại **爺爺/外公** yéye / wàigōng	bà nội / bà ngoại **奶奶 / 外婆** nǎinai / wàipó	đàn ông **男人** nánrén
mẹ **媽媽** māma	anh trai **哥哥** gēge	người già **老人** lǎorén	thanh thiếu niên **青 少 年** qīngshàonián
chú / bác **叔 叔 /伯伯** shúshu / bóbo	phụ nữ **女人** nǚrén	em trai **弟弟** dìdi	em gái **妹 妹** mèimei

附錄二

Tính từ thường dùng

12 常用形容詞

Chángyòng xíngróngcí

Hình dạng
形狀
Xíngzhuàng

lớn	rộng	tròn	ít
大	寬	圓	少
dà	kuān	yuán	shǎo
phẳng	dài	nhiều	ngắn
平	長	多	短
píng	cháng	duō	duǎn
nhỏ	vuông	dày	mỏng
小	方	厚	薄
xiǎo	fāng	hòu	bó

Màu sắc
顏色

Yánsè

màu đen	màu kem/ màu be	xanh dương	màu nâu
黑色	米色	藍色	褐色
hēisè	mǐsè	lánsè	hésè
xanh da trời	màu sẫm	màu xám	màu vàng
青色	深色	灰色	金色
qīngsè	shēnsè	huīsè	jīnsè
xanh lá	màu nhạt	màu cam	màu hồng
綠色	淺色	橘色	粉紅色
lǜsè	qiǎnsè	júsè	fěnhóngsè
màu tím	màu đỏ	màu bạc	màu trắng
紫色	紅色	銀色	白色
zǐsè	hóngsè	yínsè	báisè

màu vàng
黃色
huángsè

Vẻ ngoài
外觀
Wàiguān

xinh đẹp	sạch sẽ	dễ thương	dơ bẩn
美麗	乾淨	可愛	髒
měilì	gānjìng	kěài	zāng
mập	đẹp trai	già	đẹp
胖	英俊	年老	漂亮
pàng	yīngjùn	niánlǎo	piàoliàng
ngắn	ngượng ngùng	cường tráng	rạng rỡ
矮	害羞	強壯	陽光
ǎi	hàixiū	qiángzhuàng	yángguāng
ngọt ngào	cao	ốm	xấu
甜美	高	瘦	醜
tiánměi	gāo	shòu	chǒu
yếu đuối	trẻ trung		
虛弱	年輕		
xūruò	niánqīng		

*陽光yángguāng nghĩa là ánh mặt trời, miêu tả một người có vẻ ngoài rạng rỡ vui vẻ như ánh mặt trời

Tâm trạng
情緒
Qíngxù

giận dữ	buồn chán	rảnh rỗi	vui vẻ
生氣	無聊	悠閒	愉快
shēngqì	wúliáo	yōuxián	yúkuài
trầm cảm	phiền muộn	thất vọng	nản chí
消沉	沮喪	失望	灰心
xiāochén	jǔsàng	shīwàng	huīxīn

bối rối **尷尬** gāngà	phấn khích **興奮** xīngfèn	cuồng nộ **狂怒** kuángnù	vui mừng **高興** gāoxìng
bi thương **悲痛** bēitòng	vui vẻ **快樂** kuàilè	hứng thú **感興趣** gǎn xìngqù	vui vẻ **喜悅** xǐyuè
cô đơn **寂寞** jímò	u sầu **憂鬱** yōuyù	thư giãn **輕鬆** qīngsōng	buồn bã **悲哀** bēiāi
lo sợ **害怕** hàipà	ngạc nhiên **驚訝** jīngyà	mệt mỏi **累** lèi	lo lắng **擔心** dānxīn

Cảm giác
感覺
Gǎnjué

rét **寒冷** hánlěng	lạnh **冷** lěng	thoải mái **舒服** shūfú	khô ráo **乾燥** gānzào
nóng **熱** rè	ồn ào **吵鬧** chǎonào	yên tĩnh **安靜** ānjìng	không thoải mái **不舒服** bù shūfú
ấm áp **溫暖** wēnnuǎn	ẩm ướt **濕** shī		

Trạng thái
狀態
Zhuàngtài

đóng **關** guān	phức tạp **複雜** fùzá	trống **空** kōng	nhanh chóng **快速** kuàisù

đầy
滿
mǎn

cứng
硬
yìng

mở
開
kāi

đơn giản
簡單
jiǎndān

chậm chạp
緩慢
huǎnmàn

mềm
軟
ruǎn

Phương hướng
方位
Fāngwèi

đối diện
對面
duìmiàn

phía sau
後方
hòufāng

phía Đông
東邊
dōngbiān

phía trước
前方
qiánfāng

trái
左
zuǒ

gần đây
附近
fùjìn

bên cạnh
隔壁
gébì

phía Bắc
北邊
běibiān

phía Đông Bắc
東北邊
dōngběibiān

phía Tây Bắc
西北邊
xīběibiān

bên trên
上方
shàngfāng

phải
右
yòu

phía Nam
南邊
nánbiān

phía Đông Nam
東南邊
dōngnánbiān

phía Tây Nam
西南邊
xī'nánbiān

bên dưới
下方
xiàfāng

phía Tây
西邊
xībiān

附錄三

Động từ thường dùng

常用動詞

13

Chángyòng dòngcí

Động từ trạng thái
狀態動詞
Zhuàngtài dòngcí

tức giận **生氣** shēngqì	cảm kích **感激** gǎnjī	thức tỉnh **覺醒** juéxǐng	khóc **哭** kū
khao khát **渴望** kěwàng	không thích **不喜歡** bù xǐhuān	cảm thấy **感覺** gǎnjué	quên **忘記** wàngjì
vui vẻ **開心** kāixīn	hận **恨** hèn	hi vọng **希望** xīwàng	vui vẻ **快樂** kuàilè
biết **知道** zhīdào	cười **笑** xiào	thích **喜歡** xǐhuān	ghét **討厭** tǎoyàn
yêu **愛** ài	nhớ **想　念** xiǎngniàn	tiếc, hối tiếc **遺憾** yíhàn	cảm động **感　動** gǎndòng
bi thương **悲　傷** bēishāng	ngạc nhiên **驚奇** jīngqí	thông cảm **同　情** tóngqíng	ủ rũ, chán nản **沮喪** jǔsàng

Động từ hành động
動作動詞
Dòngzuò dòngcí

hỏi **問** wèn	tắm **洗澡** xǐzǎo	mua **買** mǎi	gọi **叫** jiào

đóng cửa	dọn sạch	ho	phát hiện
關門	清理	咳嗽	發現
guānmén	qīnglǐ	késòu	fāxiàn

giặt quần áo	uống nước	lái xe	ăn
洗衣服	喝水	開車	吃
xǐ yīfú	hēshuǐ	kāichē	chī

hoàn thành	ăn cơm	nghe nhạc	sống, cư ngụ
完成	吃飯	聽音樂	住
wánchéng	chīfàn	tīng yīnyuè	zhù

nhìn	mở cửa	biểu diễn	nhặt
看	開門	表演	撿
kàn	kāimén	biǎoyǎn	jiǎn

chơi	kéo	đẩy	đặt
玩	拉	推	放
wán	lā	tuī	fàng

đọc sách	nhận được	chạy	nói
讀書	收到	跑	說
dúshū	shōudào	pǎo	shuō

thấy	bán	ca hát	ngủ
看見	販賣	唱歌	睡覺
kànjiàn	fànmài	chànggē	shuìjiào

hắt xì	tắt đèn	mở đèn	xem TV
打噴嚏	關燈	開燈	看電視
dǎ pēntì	guāndēng	kāidēng	kàn diànshì

rửa	rửa mặt/rửa tay	viết chữ	
洗	洗臉 / 洗手	寫字	
xǐ	xǐliǎn / xǐshǒu	xiězì	

Hành động của động vật

動物的動作

Dòngwù de dòngzuò

sủa	cắn	chim kêu	bay
吠	咬	雞鳴	飛
fèi	yǎo	jīmíng	fēi

nhảy	đẻ trứng	gầm rống	vẫy đuôi
跳	下蛋	吼	搖 尾巴
tiào	xiàdàn	hǒu	yáo wěibā

Hiện tượng tự nhiên
大自然的現象

Dàzìrán de xiànxiàng

nổi gió	nhiều mây	mưa bụi	sương mù
刮風	多雲密佈	下毛毛雨	起霧
guāfēng	duōyún mìbù	xià máomáoyǔ	qǐ wù

mưa đá	gió lốc	chớp	mưa
下冰雹	刮颶風	閃電	下雨
xià bīngbáo	guā jùfēng	shǎndiàn	xiàyǔ

mưa nhẹ	tuyết rơi	sấm	bão
下陣雨	下雪	打雷	刮颱風
xià zhènyǔ	xiàxuě	dǎléi	guā táifēng

Động từ năng nguyện
表意願的動詞

Biǎo yì yuàn de dòng cí

có thể	có khả năng	dám	đáng, nên
能	能夠	敢	值得
néng	nénggòu	gǎn	zhídé

phải, cần	không phải, không cần	phải, nhất thiết phải	cần phải
要	不要	必須	需要
yào	búyào	bìxū	xūyào

nên, cần phải	nên, phải	muốn	mong muốn
應當	應該	想要	願
yīngdāng	yīnggāi	xiǎngyào	yuàn

附錄三　常用動詞

095

國家圖書館出版品預行編目資料

300句説華語（越南語版）／楊琇惠編著；
陳瑞祥雲譯. －－初版.－－臺北市：五南，
2017.1
　面；　公分
ISBN 978-957-11-8878-2（平裝）
1.漢語　2.讀本
802.86　　　　　　　　　105018582

1X8X 華語／東南亞語

300句說華語（越南語版）
HỌC TIẾNG HOA THẬT DỄ

編　　著 ― 楊琇惠（317.4）

譯　　者 ― 陳瑞祥雲　Trần Thụy Tường Vân

發 行 人 ― 楊榮川

總 經 理 ― 楊士清

副總編輯 ― 黃惠娟

責任編輯 ― 蔡佳伶

校　　對 ― 李鳳珠

封面設計 ― 黃聖文

出 版 者 ― 五南圖書出版股份有限公司

地　　址：106台北市大安區和平東路二段339號4樓

電　　話：(02)2705-5066　　傳　　真：(02)2706-6100

網　　址：http://www.wunan.com.tw

電子郵件：wunan@wunan.com.tw

劃撥帳號：19628053

戶　　名：五南圖書出版股份有限公司

法律顧問　林勝安律師事務所 林勝安律師

出版日期　2017年1月初版一刷
　　　　　2019年2月初版二刷

定　　價　新臺幣220元